മലയാള സിനിമ
ആശയവും ആഖ്യാനവും

Malayala Cinema Ashayavum Akhyanavum
Film Study

Ethiran Kathiravan

CHINTHA PUBLISHERS
Thiruvananthapuram

First Edition
December 2022

Published
Chintha Publishers, Thiruvananthapuram

Typesetting
Star communications, Thiruvananthapuram

Cover Design
Vinod Mangoes

ISBN : 978-93-94753-52-5

CO - 3209 / 6245

Email: chinthapublishers@gmail. com
Website: www. chinthapublishers. com

A version is available at National Libraries
Kolkata, Mumbai, Chennai and Delhi

Distribution
DESHABHIMANI BOOKHOUSE
H O Thiruvananthapuram 695035

Branch
Head Office Kunnukuzhi • Statue Thiruvananthapuram
KSRTC Bus Terminal Thampanoor • Saphalyam Complex Thiruvananthapuram
KSRTC Bus Station Alappuzha • KSRTC Bus Station Ernakulam
Machingal Lane Thrissur • IG Road Kozhikode
Mavoor Road Kozhikode • NGO Union Building Kannur
Central Bus Terminal Complex Thavakkara Kannur

മലയാള സിനിമ
ആശയവും ആഖ്യാനവും

എതിരൻ കതിരവൻ

ചിന്ത പബ്ലിഷേഴ്സ്
തിരുവനന്തപുരം-695 035

എതിരൻ കതിരവൻ

യു എസിലെ ഷിക്കാഗോയിൽ താമസം. ആധുനിക ശാസ്ത്രം, സാമൂഹിക രാഷ്ട്രീയ വിഷയങ്ങൾ, കല തുടങ്ങി വിവിധ മേഖലകളെ കേന്ദ്രീകരിച്ച് എഴുതുന്നു. പ്രധാന മലയാളം വാരികകൾ, ഓൺലൈൻ മാധ്യമങ്ങൾ, പത്രങ്ങൾ എന്നിവയിലെ ശ്രദ്ധേയ സാന്നിദ്ധ്യം. ശാസ്ത്രപഠനത്തിന് ശേഷം മോളിക്യുലർ ബയോളജിയിൽ ഗവേഷണം നടത്തി. സംഗീതം, നൃത്തം, സിനിമ, കല എന്നീ മേഖലകളിലാണ് സവിശേഷ താല്പര്യം. ജെ എൻ യുവിലെ ഗവേഷണത്തിനുശേഷം ജോൺ ഹോപ്കിൻസ് സർവ്വകലാശാല, ഷിക്കാഗോ സർവ്വകലാശാല എന്നിവിടങ്ങളിൽ ശാസ്ത്രജ്ഞനായി പ്രവർത്തിച്ചിരുന്നു.

ശാസ്ത്ര സംബന്ധമായ ജേർണലുകളിൽ ഗവേഷണ ലേഖനങ്ങൾ പ്രസിദ്ധീകരിക്കുകയും നിരവധി പേറ്റന്റുകൾ സ്വന്തമാക്കുകയും ചെയ്തിട്ടുണ്ട്. കഥകളി, ജെൻഡർ പൊളിറ്റിക്സ്, സിനിമ, ഗാനരചന, ചുവർ ചിത്രം എന്നീ വിവിധ വിഷയങ്ങൾക്കൊപ്പം പോപ്പുലർ സയൻസ്, ചലച്ചിത്ര ശാസ്ത്രീയ സംഗീതം, സിനിമ, നൃത്തം തുടങ്ങിയവയെ കേന്ദ്രീകരിച്ച് അനവധി പുസ്തകങ്ങൾ പ്രസിദ്ധീകരിച്ചു.

കേരള സാഹിത്യ അക്കാദമി അവാർഡും ഫൊക്കാനാ അവാർഡും ഫിലിം ക്രിട്ടിക്സ് അവാർഡും ലഭിച്ചു.

കൃതികൾ: *എതിരൻ ചിന്തകൾ, പാട്ടും നൃത്തവും – ഉൾക്കാഴ്ചകൾ വിചാരണകൾ, സിനിമയുടെ സാമൂഹിക വെളിപാടുകൾ, ബിഗ് ഫിഷ് സ്മാൾ ഫിഷ്, സുന്ദര ഗാനങ്ങൾ– അകവും പൊരുളും, മലയാളിയുടെ ജനിതകം.*

email : ethiran@gmail.com
Address : 1622 Lois Ann Lane,
Naperville, IL 60563, USA

ഉള്ളടക്കം

പ്രസാധകക്കുറിപ്പ്

മലയാള സിനിമ വലിയൊരു പരിണാമദശയിലൂടെ കടന്നു പോവുകയാണ്. പ്രമേയത്തിലും ആവിഷ്കാരത്തിലും ആസ്വാദനത്തിലും വിപ്ലവകരം എന്ന് വിശേഷിപ്പിക്കാവുന്ന മാറ്റങ്ങളാണ് ഇന്ന് രൂപപ്പെട്ടു വന്നിരിക്കുന്നത്. ചിര പ്രതിഷ്ഠരായ നായകരും സംവിധായകരുമല്ല സിനിമയാണ് പ്രധാനം എന്നത് പരക്കെ അംഗീകരിക്കപ്പെട്ടു തുടങ്ങിയി രിക്കുന്നു. താരങ്ങളുടെ ആറാട്ടിനപ്പുറമുള്ള ഒരു സിനിമയെ മലയാളി പ്രേക്ഷകർ രണ്ടുകൈയും നീട്ടി സ്വീകരിച്ചു തുടങ്ങിയിരിക്കുന്നു എന്നതാണ് ഈ മാറ്റത്തിൽ ഏറ്റവും പ്രധാനം. ചലച്ചിത്രത്തിന്റെ ഉള്ളടക്കവും സർഗ്ഗാത്മകമായ ആവിഷ്കാരവുമാണ് പ്രസക്തമെന്ന് തിരിച്ചറിയുന്ന പ്രേക്ഷക സമൂഹവും വികസിതമായിരിക്കുന്നു. അതി പ്രഗ ത്ഭരായ പുതുതലമുറ സംവിധായകരുടെയും സാങ്കേതിക വിദഗ്ദ്ധരുടെയും ഒരു നിര തന്നെ ഇതിനൊപ്പം രൂപപ്പെട്ടു വന്നിട്ടുമുണ്ട്. നവ മലയാള സിനിമയുടെ ഈ പുതിയ പരി പ്രേക്ഷ്യത്തെയും മലയാളിയുടെ കാഴ്ചശീലങ്ങളിലുണ്ടായ പരിണാമത്തെയും പല കോണുകളിലൂടെ നോക്കിക്കാ ണുകയാണ് എതിരൻ കതിരവന്റെ *മലയാള സിനിമ: ആശയവും ആഖ്യാനവും*. വാർപ്പുമാതൃകകളിൽ ഒതുങ്ങി നില്ക്കാത്ത സിനിമാ എഴുത്താണ് ഈ പുസ്തകത്തിലേത്. ചിന്തയിലും എഴുത്തിലുമുള്ള സർഗ്ഗാത്മകത ഈ നിരീക്ഷണങ്ങളെ വേറിട്ടുനിർത്തുന്നു.

ചിന്ത പബ്ലിഷേഴ്സ്

ഭാഗം ഒന്ന്

പോസ്റ്റ്ഹ്യൂമനിസം മലയാളസിനിമയിൽ

"500 വർഷത്തെ ഹ്യൂമനിസം (മാനവികവാദം) ഇല്ലാതായിരിക്കുന്നു; അത് നിവൃത്തിയില്ലാതെ മാനവാനന്തരവാദം എന്ന് വിളിക്കപ്പെടുന്നതിലേക്ക് സ്ഥാനാന്തരണം ചെയ്യപ്പെട്ടിരിക്കുന്നു."

1977 ൽ ഇഹാബ് ഹസ്സൻ എഴുതിയതാണിത്. ഭൂലോകത്തിന്റെ കേന്ദ്രം മനുഷ്യൻ അല്ല, മനുഷ്യൻ ഒരു സ്പീഷീസ് മാത്രം എന്ന തിരിച്ചറിവ് ആണ് ഹസ്സനെ ഇത് പറയാൻ പ്രേരിപ്പിച്ചത്. മനുഷ്യനും മനുഷ്യേതര ചരാചരങ്ങളും, സ്വാഭാവികവും കൃത്രിമവും, ഓർഗാനിക്കും യാന്ത്രികവും, ആത്മീയവും ഭൗതികവും എല്ലാം തമ്മിലുള്ള അതിർവരമ്പുകൾ എളുപ്പം പൊട്ടിപ്പോകുന്നതും എളുപ്പം ബോദ്ധ്യപ്പെടാവുന്നതുമല്ല.

സാങ്കേതികതയുടെ മുന്നേറ്റത്തോടെ പുതിയ ഒരു മനുഷ്യനാണ് സൃഷ്ടിക്കപ്പെട്ടത്. കൃത്രിമ ബുദ്ധിയും അവയവ കൈമാറ്റങ്ങളും മനസ്സും ശരീരവും ഒന്നാണെന്നുള്ള അറിവും മറ്റൊരു മാനവനെ നിർമ്മിച്ചെടുക്കാൻ വഴിതെളിച്ചു. അങ്ങനെ പോസ്റ്റ്ഹ്യൂമൻ അവതരിച്ചു.

നമ്മുടെതന്നെ ചരിത്രനാടകത്തിലെ അഗ്രണിനായകനായ നമ്മൾക്ക് സാവധാനം പ്രധാന കഥാപാത്രവേഷം കൈവിട്ടു പോകുകയായിരുന്നു. സാങ്കേതികവിദ്യയുടെ സൃഷ്ടികർത്താവും അധിപതിയും ആയിരുന്ന മനുഷ്യർ അതിനോടൊപ്പമുള്ള ഒരു പങ്കാളിയുടെ വേഷത്തിലേക്ക് ചുരുക്കപ്പെട്ടു. ടെക്നോളജിയുടെ കഥാപാത്രഭാഗം ഈ നാടകവുമായി അവിഭാജ്യബന്ധത്തിലായി. 'മനുഷ്യനായിരിക്കുക' എന്ന പണ്ടേയുള്ള ആലോചനകളുടെ പ്രധാനഭാഗം ടെക്നോളജി പിടിച്ചെടുത്തു. അത് സ്വാതന്ത്ര്യം പ്രഖ്യാപിക്കുകയും ബുദ്ധിപരമായി മേൽക്കൈ ആളുന്നതും സ്വയം വിഭജിക്കുന്നതും ആയി മാറി, വികാരോത്തേജന സാദ്ധ്യതയും തെളിഞ്ഞേക്കാം എന്നുവരെയായി. സാങ്കേതികതയുടെ ആശ്രിതരായ

അഭിനേതാവ് നമ്മളാകുമ്പോൾ സാങ്കേതികതയ്ക്ക് പുതിയ റോൾ കൊടുത്ത് രക്ഷകനും ഉദ്ധാരകനും ആയി മാറ്റപ്പെടുകയാണ്.

ഈ പ്രതിമാന (paradigm) ത്തിന്റെ മാറ്റം സംസ്കാരത്തിൽ പ്രതിഫലിക്കും എന്നതിൽ അത്ഭുതമില്ല. സാഹിത്യാദി ആശയാവിഷ്കാരത്തിൽ മാത്രമല്ല, കലാരൂപങ്ങളിലും സിനിമയിലും പോസ്റ്റ് ഹ്യൂമൻ പ്രത്യക്ഷപ്പെടും, കാരണം പൊതുബോധവും അന്തർജ്ഞാനങ്ങളും പുതിയ മനുഷ്യനെ ഭാവനയിൽ വിക്ഷേപിക്കാൻ ആവശ്യപ്പെടുന്ന സ്ഥിതിയിൽ എത്തിച്ചേരുന്നു എന്നതു തന്നെ. കല ജീവിതത്തേയും ജീവിതം കലയേയും അനുകരിക്കുകയും സാങ്കേതികത ജീവിതത്തേയും കലയേയും രൂപാന്തരണം ചെയ്യുകയും അത് പുതിയ അവസരങ്ങൾ തേടിപ്പോകുകയും ചെയ്യുന്നു. പുതിയ മനുഷ്യനെ എല്ലാ രൂപഭാവചര്യകളോടും കൂടി ആവിഷ്കരിക്കാനും പ്രക്ഷേപണം ചെയ്യാനും സിനിമ എളുപ്പമായാണ് വഴി തെളിക്കുന്നത്. 'സയൻസ് ഫിക്ഷൻ' എന്ന സിനിമാസംവർഗ്ഗം മനുഷ്യന്റെ ഭാവുകസ്ഥാനാന്തരണം സാധിച്ചെടുക്കുന്നത് അത്ര പുതിയ കാര്യമൊന്നും അല്ലെങ്കിലും ഇന്ന് പോസ്റ്റ്ഹ്യൂമനെ ചിത്രീകരിക്കാൻ ഏറ്റവും ഉചിത ഉപാധി തന്നെ ഇത്.

മാനവാനന്തരവാദം ആവിർഭവിക്കുന്നതിനു മുൻപുതന്നെ സാങ്കേതികത സൃഷ്ടിച്ച പുതുമനുഷ്യർ സിനിമാസ്ക്രീനിൽ പ്രത്യക്ഷപ്പെട്ട് തുടങ്ങിയിരുന്നു. ഫ്രാങ്കെൻസ്റ്റൈൻ ഉദാഹരണം. പക്ഷേ, അവർ ഭീകര/നികൃഷ്ടജീവികളായിട്ടായിരുന്നു ചിത്രീകരണം. പിന്നീട് ഇവർ വില്ലന്മാരായി പ്രത്യക്ഷപ്പെട്ടു, കാലക്രമേണ മനുഷ്യകുലത്തെ രക്ഷിക്കാനെത്തുന്ന 'ടെക്നോളജിക്കൽ യേശു"വായും (*Xmen, Ironman, Transcendence* ഒക്കെ ഉദാഹരണം). ഈ പരിണാമം സമൂഹബോധജ്ഞാനത്തിന്റെ സാവകാശമാറ്റം ദ്യോതിപ്പിക്കുന്നതാണ്, പോസ്റ്റ് ഹ്യൂമൻ ഭാവലക്ഷണങ്ങൾ എന്തായിരിക്കണം എന്നതിന്റെ സൂചകങ്ങളുമാണ്. സൈബോർഗ് (Cyborgs) കളും റോബോട്ടുകളും നിർമ്മിതബുദ്ധിയുടെ ചിപ്പുകൾ ഘടിപ്പിക്കപ്പെട്ടവരും പോസ്റ്റ് ഹ്യൂമൻ പ്രതിനിധികളായി ലോകസിനിമയിൽ സത്യമേത് മിഥ്യയേത് എന്ന് ഭ്രമിപ്പിക്കുന്നവിധം പ്രത്യക്ഷപ്പെടുകയും ഇതാണ് യഥാതഥലോകം എന്ന് തെര്യപ്പെടുത്താൻ ശ്രമിക്കുകയും ചെയ്യുന്നുണ്ട്.

പ്രകൃതിയുമായി യോജിച്ചു പോകേണ്ട മാനവാനന്തരൻ (Posthuman) നരകേന്ദ്രിത കാലഘട്ട (anthropocene)ത്തിൽ പ്രകൃതിയെ മനുഷ്യന്റെ ഉപകരണം മാത്രമാക്കിയതിലെ സ്വയം ചതി തിരിച്ചറിഞ്ഞവനാണ് മാനവാനന്തരവാദി മനുഷ്യൻ (Posthuman). മനുഷ്യേതരസംബന്ധിയായ ഇടപെടലുകളാണ് പ്രകൃതിയുടെ നിലനില്പിന്റെ ആധാരം, ലോകരൂപീകരണത്തിന്റെ ഘടകനിർമ്മിതി എന്നും, ഇതിൽ മനുഷ്യന്റെ കൈകടത്തലുകൾ ദുരന്തങ്ങളിലേക്ക് നയിച്ചു എന്നതുമായ തിരിച്ചറിവ് വൈകിയാണ് ഉദിച്ചത്. "നീലക്കുടനിവർത്തീ മാനം എനിക്കുവേണ്ടി, നീളേ പൂവിരിച്ചു ഭൂമി എനിക്കു വേണ്ടി" എന്നത് പണ്ടുതന്നെ ചില മതങ്ങൾ

ആൻഡ്രോയ്ഡ് കുഞ്ഞപ്പൻ

ഉദ്ഘോഷിച്ച് മനുഷ്യൻ സ്വാംശീകരിച്ചതുമാണ്. മനുഷ്യ അസാധാരണത്വം (human exceptionalism) ത്യജിക്കേണ്ടതും holistic എന്ന വാക്ക് സർവ്വചരാചരങ്ങളേയും ഉൾപ്പെടുത്തി ഉപയോഗിക്കേണ്ടതുമാണെന്ന് പഠിച്ചെടുത്താണ് പോസ്റ്റ് ഹ്യൂമൻ ഉദയംകൊണ്ടിരിക്കുന്നത്. തൂണും തുരുമ്പും പല്ലിയും പ്രപിതാമഹന്മാരും ആത്മാ/ഭൂതങ്ങളും യന്ത്രങ്ങളും, പരാദങ്ങളും പാറകളും എല്ലാം മാനവാനന്തരന്റെ കൂടെ വേണ്ടിയിരിക്കുന്നു. സംസ്കാരവും പ്രകൃതിയും രണ്ടല്ല, ഒന്നാണെന്നും മനുഷ്യനു പ്രകൃതിയുടെ മേൽ യാതൊരു പ്രത്യേക അവകാശവുമില്ലെന്നും പോസ്റ്റ് ഹ്യൂമൻ വാദിക്കുന്നു.

നരകേന്ദ്രിതകാലം നിർവ്വചിച്ച ഹ്യൂമനിസം പുരുഷകേന്ദ്രീകൃതമായിരുന്നു, സ്ത്രീയെ അടുത്തെങ്ങും കാണാനില്ലായിരുന്നു. പുതിയ കാലഘട്ടം ഈ വേർതിരിവ് അംഗീകരിക്കുന്നില്ല, eco-feminism എന്ന പുതിയ ആശയം രൂപീകരിക്കപ്പെട്ടിട്ട് അധികകാലം ആയിട്ടില്ല.

മാനവാനന്തര സൂപ്പർ ഹീറോകൾ- പുലിമുരുകനോ മിന്നൽ മുരളിയോ?

സിനിമയിലെ പോസ്റ്റ് ഹ്യൂമൻ സത്തയ്ക്ക് നിരവധി ആവിർഭാവങ്ങളും ചമല്ക്കാരങ്ങളും ഹോളിവുഡ് സമർപ്പണം ചെയ്തിട്ടുണ്ട്. സാങ്കേതികതയുടെ ഉല്പാദനങ്ങളാണ് അവയെല്ലാം. റേഡിയോ ആക്ടിവിറ്റിയോ ഇടിമിന്നലിൽനിന്നുള്ള വൈദ്യുതിയോ കമ്പ്യൂട്ടർ ചിപ്പ് ഘടനയോ നിർമ്മിതബുദ്ധിയുടെ സമ്മാനമോ ഒക്കെ ആവാം അവർ. എന്നാൽ 'സൂപ്പർമാൻ', 'വണ്ടർ വുമൻ', 'തോർ' ഒക്കെ ജന്മനാ പോസ്റ്റ് ഹ്യൂമൻ ഹീറോകളാണ്. എന്നാൽ ഇവരൊക്കെ സാധുക്കളുടെ പരിത്രാണത്തിനോ ധർമ്മസംസ്ഥാപനത്തിനോ അവതരിച്ചവർ എന്നതിനപ്പുറം ആന്ത്രോപോസീനിലെ മനുഷ്യനെ നവീകരിക്കാൻ ഇറങ്ങിത്തിരിച്ചവർ എന്നുവേണം കരുതാൻ, മനുഷ്യനെ ആത്യന്തികമായി മനുഷ്യൻ (പോസ്റ്റ്-ഹ്യൂമൻ) ആക്കി മാറ്റിയെടുക്കാൻ.

"Characters like Wolverine, Batman, Spider-Man and Iron Man thus become ideologically loaded role models that incorporate posthuman concepts into a larger humanist framework of unambiguous gender roles and patriarchal power' എന്ന് DanHassler-Forest. ഈ സിനിമകളിൽ പൊതുവായി ആഖ്യാനവഴികളിൽ ആവർത്തിച്ചു വരുന്ന മൂന്ന് സംഭവപരമ്പരകളുണ്ട്: 1. സൂപ്പർഹീറോയ്ക്ക് ഒറ്റയ്ക്ക് ചില സിദ്ധികൾ ലഭിക്കുന്നു. 2. സൂപ്പർ ഹീറോയുടെ എതിരാളിക്കും ഇതിനു സമാനമായ കഴിവുകൾ ലഭിക്കുന്നു, ഇത് ഹീറോയ്ക്കെതിരെ ഉപയോഗിക്കുന്നു, പക്ഷേ, നിയന്ത്രണങ്ങൾ കുറവാണ്. 3. ഇവരുടെ സംഘർഷം ക്ലൈമാക്സിൽ ഒരു പൊരുതലിലേക്ക് നയിക്കുന്നു, സൂപ്പർ ഹീറോ തന്റെ മേല്ക്കോയ്മ അസന്ദിഗ്ദ്ധമായി തെളിയിക്കുന്നു. ഈ രീതിയിൽ നിർമ്മിച്ചെടുത്ത ആദ്യ മലയാള സിനിമയാണ് *മിന്നൽ മുരളി.*

സൂപ്പർ ഹീറോകൾ തലങ്ങും വിലങ്ങും വിളയാടിയിട്ടുണ്ട് ഇതിനു മുൻപും മലയാള സിനിമയിൽ, മറ്റ് ഇന്ത്യൻ സിനിമകൾപോലെ. പക്ഷേ, താരാരാധന നൂറും പാലും കൊടുത്ത് വളർത്തിയ ഫണിരാജന്മാർ ആണവർ. ഫ്യൂഡലിസത്തിന്റെ നശിക്കാത്ത വേരുകളിൽനിന്ന് പൊട്ടി മുളച്ചവർ.

പാളിപ്പോയ ഈഗോ വീർപ്പിച്ചെടുക്കാൻ അധോലോകകഥകൾ കാറ്റ് ഊതിക്കൊടുക്കും, സ്വന്തം സ്വാർത്ഥ താല്പര്യങ്ങൾ സാധിച്ചെടുത്ത് സ്ഥലം കാലിയാക്കാനുള്ള ഇവർക്ക്. അഭിനേതാവിനു സൂപ്പർ സ്റ്റാർ എന്ന പദവി നല്കി കഥാപാത്രവുമായി താദാത്മ്യം പ്രാപിപ്പിക്കുക എന്നതാണ് പ്രച്ഛന്നസൂത്രം. *പുലിമുരുകൻ* ഇങ്ങനെ ഒരുമിച്ച് കൂട്ടിയ സ്വത്വങ്ങളുടെ ആകത്തുകയായ ഉദാഹരണമാണ്. ആധുനിക സാങ്കേതികതയെ പുച്ഛമാണ്, ഈ നായകന്. വെടിയുണ്ടയേക്കാൾ വേഗത്തിൽ ഓടാൻ കഴിയുന്ന പുലിമുരുകൻ തോക്ക് സുലഭമായിട്ടുള്ള കാലത്തും ശൂലം മാത്രം ഉപയോഗിക്കുന്ന ആളുമാണ്. തികഞ്ഞ അഭ്യാസിയായ ഇദ്ദേഹത്തെ പ്രതിരോധിക്കാനോ പുലിയെ നേരിടാനോ ഒരു ചെറിയ തോക്ക് മതി, പക്ഷേ, സിനിമ അത് വിശ്വസിക്കുന്നില്ല എന്ന മട്ടാണ്. സാങ്കേതികതയെ തള്ളിപ്പറയുന്നതിനോടൊപ്പം ഹീറോയിസം എന്നത് പച്ചയായി കളിയാക്കപ്പെടുന്നതിന്റെ ദൃഷ്ടാന്തം. ഇത്തരം വ്യാജ ഹീറോകളിൽ നിന്ന് വിമുക്തി നേടിയ പോസ്റ്റ്ഹ്യൂമൻ ഹീറോയെ അവതരിപ്പിക്കുന്നു *മിന്നൽ മുരളി*. പൊടുന്നനവേ മിന്നലിന്റെ വൈദ്യുതി നിപാതത്താൽ അമാനുഷ സിദ്ധി നേടിയവനാണവൻ. അതേ സമയം *മിന്നൽ മുരളി*യുടെ സദുദ്യമങ്ങൾക്ക് വിപരീതമായി പ്രവർത്തിക്കുന്ന പ്രതിയോഗിക്കും ഇതേ സിദ്ധികൾ കൈവശമാകുന്നുണ്ട്. മിന്നൽ മുരളിക്ക് ആദ്യം തന്നെ ഹ്യൂമനിസത്തിന്റെ പാളിപ്പോയ സംരക്ഷണ വ്യവസ്ഥയായ പൊലീസിനോടാണ് ഏറ്റുമുട്ടേണ്ടി വരുന്നത്, സ്വന്തം സഹോദരീഭർത്താവ് തന്നെ ആദ്യത്തെ ഇര. പൊലീസിനും അവസാനം മിന്നൽ മുരളിയെ ആശ്രയിക്കേണ്ടി വരുന്നു ഗ്രാമസംരക്ഷണത്തിന്. സ്ത്രീ സംരക്ഷണം, ആരാധനാലയ സംരക്ഷണം എന്നിവയൊക്കെയാണ് ആ നാടിന്റെ ആവശ്യങ്ങൾ എന്ന് തിരിച്ചറിഞ്ഞ് പുതിയ പേരിലും സ്വത്വത്തിലും ഈ മുഖം മൂടി അവതരിക്കുകയാണ്. ഒരു നാടകത്തിലെ കല്പിതകഥാപാത്രമായ മിന്നൽ മുരളി എന്ന രക്ഷകനിലേക്ക് പരകായപ്രവേശം ചെയ്യുകയാണ് സ്ഥലത്തെ ഒരു സാധാരണ തയ്യൽക്കാരൻ.

ആ ഗ്രാമത്തിൽത്തന്നെ അനന്യസാധാരണമായ കഴിവുകളുള്ള ഒരു സ്ത്രീയെ ചിത്രീകരിക്കാനും ഒരുമ്പെടുന്നുണ്ട് സിനിമ. നായകന്റെ സ്നേഹിതയായ ഇവൾ കരാട്ടെയിൽ വിദഗ്ദ്ധയാണ്, തന്നെ പ്രണയത്തിൽ ചതിച്ചവനെ ചവിട്ടിയെറിയുന്നുണ്ട് ഇവൾ. പോസ്റ്റ് ഹ്യൂമന്റെ ലിംഗപരതാനിഷ്പക്ഷതയുടെ ഒരു പ്രത്യക്ഷസൂചകം എന്ന പോലെയാണിത്. സൂപ്പർ നായകൻ/നായികമാരുടെ ആവശ്യം രാഷ്ട്രീയ/സാമൂഹ്യ പശ്ചാത്തലത്തിലാണ് ഉണർന്നു വരാറ്. അതതുകാലത്തെ വെല്ലുവിളി

കളെ നേരിടാൻ അമാനുഷശക്തികളെ ഭാവന ചെയ്യുന്നത് പുതിയ കാര്യമൊന്നുമല്ല. കോവിഡ് ബാധ ഒരു സന്ദിഗ്ദ്ധഘട്ടം ഉളവാക്കിയത് ഇങ്ങനെയുള്ള ഒരു സാമൂഹ്യ വെല്ലുവിളി തന്നെയാണ്. പോലീസിന്റെ അതിക്രമങ്ങൾക്കെതിരെ ഇതേ ഭാവന അതിമാനുഷരെ കൊണ്ടുവന്നിറക്കുന്നതും സങ്കല്പിക്കാവുന്നതാണ്. ഈ സിനിമയുടെ സ്വീകാര്യതയ്ക്കു പിന്നിൽ ഇങ്ങനെയൊരു ഘടകം വർത്തിക്കുന്നുണ്ട്.

മുണ്ടുടുത്ത റോബോട്ട്–*ആൻഡ്രോയിഡ് കുഞ്ഞപ്പൻ*

തികച്ചും പോസ്റ്റ് ഹ്യൂമന്റെ കഥയാണ് *ആൻഡ്രോയിഡ് കുഞ്ഞപ്പന്റേത്.* ഒരു ഹോളിവുഡ് ചിത്രത്തിന്റെ തനി പകർപ്പ് ആണെങ്കിലും മലയാളത്തിൽ, കേരളീയ പരിപ്രേക്ഷ്യത്തിൽ ഒരു റോബോട്ട് സൃഷ്ടിക്കുന്ന ഊഷ്മളബന്ധങ്ങൾ തികച്ചും ബോദ്ധ്യപ്പെടാവുന്ന രീതിയിൽ അവതരിക്കപ്പെടുന്നത് പുതുമ തന്നെയാണ്. 'A posthuman is a new hybrid species of future human modified by advance technology' എന്ന് Kevin Lagrandeur. ടെക്നോളജിയുടെ സന്തതിയായ ഒരു റോബോട്ടിനെ ഒരു ഗ്രാമാന്തരീക്ഷത്തിൽ പ്രതിഷ്ഠിച്ചുകൊണ്ടാണ് ഇത് സാധിച്ചെടുത്തിരിക്കുന്നത്. മകൻ വിദേശത്തായതുകൊണ്ട് തുണയില്ലാതായ വൃദ്ധനായ പൊതുവാളിനു കൂട്ടായിട്ടെത്തിയ റോബോട്ട് പല രീതിയിലും പൊതുവാളിന്റെ മകൻ തന്നെ ആയിത്തീരുന്നതായിട്ടാണ് ആഖ്യാനം. യന്ത്രവുമായി മാനുഷികബന്ധങ്ങൾ സാദ്ധ്യമാണെന്ന് പൊതുവാൾ അറിയുകയാണ്. കേരളത്തിലെ ധാർമ്മികനിബന്ധനകളോടും നൈതികവും സാന്മാർഗ്ഗികവുമായ സാഹചര്യങ്ങളോടും പൊരുത്തപ്പെട്ട് വരുന്നവനാണ്

കുഞ്ഞപ്പൻ എന്ന ഓമനപ്പേർ ഇടപ്പെട്ട ആൻഡ്രോയിഡ് റൊബോട്ട്. ഗ്രാമവാസി സ്ത്രീകളുടെ അപേക്ഷപ്രകാരം മുണ്ട് ഉടുക്കുന്നുണ്ട് കുഞ്ഞപ്പൻ. ഏതു മതത്തിൽപ്പെടുന്നവനാണ് കുഞ്ഞപ്പൻ, അമ്പലത്തിൽ കയറ്റാവുന്നവനാണോ എന്ന സന്ദേഹം വരുമ്പോൾ *ഭഗവദ്ഗീത* ഉരുവിടുകയും നെഞ്ചിൽ ഹിന്ദു ദൈവരൂപങ്ങളെ പ്രദർശിപ്പിക്കുകയും ചെയ്യുന്നുണ്ട് സമർത്ഥനായ മലയാളി ആയി മാറപ്പെട്ട കുഞ്ഞപ്പൻ. തികച്ചും പോസ്റ്റ് ഹ്യൂമൻ സ്വരൂപപ്രദർശനം തന്നെ. 'ഇനി ഇവിടെ പത്രം ഇടേണ്ട' എന്ന് പത്രക്കാരനോട് പറയുന്നത് എല്ലാ വിവരങ്ങളും എളുപ്പം സ്വരൂപിക്കുന്ന ഭാവിയിലെ മനുഷ്യൻ തന്നെയാണ്.

പക്ഷേ, സിനിമ അവസാനം പ്രതിലോമകരമാവുകയാണ്. പോസ്റ്റ് ഹ്യൂമനിസത്തിൽനിന്ന് വഴുതിമാറി വെറും ഹ്യൂമനിസത്തിലേക്ക് തിരിഞ്ഞു നടത്തിക്കുകയാണ് കഥാഗതിയെ സംവിധായകൻ. ആദ്യകാല ഹോളിവുഡ് സിനിമകളിൽ യന്ത്രമനുഷ്യരെ നീചരായി വിധിച്ചതിന്റെ പിന്തുടർച്ച പോലെ. അതിന്റെ തന്നെ ശക്തി റോബോട്ടുകളെയോ യന്ത്രമനുഷ്യരെയോ നശിപ്പിക്കുന്ന രീതിയിലുള്ള പഴകിയ ചിന്തയുടെ ഭാഗം തന്നെ ഇത്. പലപ്പോഴും വ്യാവസായിക വിപ്ലവത്തിന്റെ മോശം സൂചകം, യാന്ത്രികലോകത്തിന്റെ വിനാശകാരിയായ തിന്മ എന്ന രീതിയിൽ കഥ അവസാനിപ്പിക്കുന്നത് പോസ്റ്റ് ഹ്യൂമൻ ചിന്തകൾ കടന്നു വരുന്നതിനു മുൻപ് ആയിരുന്നു. ശരാശരി മലയാളിയുടെ പൊതുബോധത്തോടിണങ്ങുംവണ്ണം റോബോട്ടിനെ പ്രതിസ്ഥാനത്ത് നിർത്തുകയും യന്ത്രങ്ങൾ വെറും യന്ത്രങ്ങൾ മാത്രമേ ആകൂ എന്നും മനുഷ്യൻ അതിൽ വിശ്വാസമർപ്പിക്കേണ്ടതില്ലെന്നും തെര്യപ്പെടുത്തുന്നു അവസാനരംഗങ്ങൾ. കൂടാതെ മക്കൾ വിദേശത്ത് പോയി ജോലി ചെയ്യേണ്ടവരല്ലെന്നും നാട്ടിൽത്തന്നെ നില്ക്കേണ്ടവരാണെന്നും സമർത്ഥിക്കുകയും അതിനു സാധൂകരണം കണ്ടെത്താനുള്ള വെറും ഉപകരണം മാത്രമായിരുന്നു റോബോട്ട് എന്നും പറഞ്ഞ് തീർക്കുന്നു അവസാനരംഗങ്ങൾ. മലയാളിയുടെ പതിവ് ഇരട്ടത്താപ്പിന്റെ പ്രത്യക്ഷ ഉദാഹരണം.

എക്കോ ഫെമിനിസവും പോസ്റ്റ് ഹ്യൂമനിസവും മാനവികതാവാദം (humanism) ഉദ്ഘോഷിച്ചത് മനുഷ്യൻ എന്നത് ആണായിരിക്കണം, അതും വെളുത്തതൊലിയുള്ളവനും, ശരീരപ്രകൃത്യാ ഊക്കേറുന്നവനും ആയിരിക്കണം എന്നാണ്. എന്തിനും മേലേ ആയ മനുഷ്യന്റെ സ്വരൂപം ഇത്തരത്തിലാണ് വിധിക്കപ്പെട്ടത്, ആന്ത്രോപോസെൻട്രിസത്തിന്റെ ഉയരത്തിലുള്ള ഘടകമായി. പോസ്റ്റ് ഹ്യൂമനിസം ഇതിനെ വെല്ലുവിളിക്കുകയും പ്രകൃതിയുമായി ഇണങ്ങുന്ന മനുഷ്യസ്വഭാവത്തിൽ സ്ത്രീ പ്രാതിനിധ്യം ആവശ്യമാണെന്ന് ശഠിക്കുകയും ചെയ്തു. പുരുഷനും

കാഞ്ചനസീത

പ്രകൃതിയും വേറിട്ടതല്ലെന്നും അത് ഒന്നിന്റെ തന്നെ ദ്വന്ദങ്ങളാണ് എന്നതും ഭാരതദർശനങ്ങളുടെ ഭാഗമായതുകൊണ്ട് ഭാരതീയർക്ക് പോസ്റ്റ് ഹ്യൂമനിസത്തിന്റെ പ്രകൃതിസാംഗത്യം പറഞ്ഞുകൊടുക്കേണ്ട ആവശ്യം വരുന്നില്ല. സെമിറ്റിക് മതങ്ങൾ കൂടുതൽ പുരുഷ കേന്ദ്രീകൃതമാണ്. അതുകൊണ്ട് പ്രകൃതിയിലെ സ്ത്രീത്വം അത്ര പരിചയമല്ല പാശ്ചാത്യദർശനവിധികൾക്ക്. കാവുകളും അവയിലെ അമ്മദൈവങ്ങളും നമ്മുടെ സംസ്കാരരൂപീകരണത്തിന്റെ ഭാഗമായിട്ടുണ്ട്, പണ്ടേ തന്നെ. പാമ്പുകളെ ഇന്നും ആരാധിക്കുന്നവരുടെ നാടാണ് നമ്മുടേത്.

വൃക്ഷങ്ങളെ ആരാധിക്കുന്ന ബുദ്ധമതപാരമ്പര്യവും നമുക്കുണ്ട്. ദൃശ്യകലകളിൽ ഇവയുടെ സ്വാധീനം ധാരാളമായിട്ടുണ്ടു താനും. പക്ഷേ, കോളനിവല്ക്കരണത്തിന്റെ ബാക്കിപത്രമായിട്ടും പാശ്ചാത്യരീതികളുടെ പ്രചാരവും അഭിനിവേശങ്ങളും ഏല്പിച്ച ന്യൂനതരബാധകളാലും ആന്ത്രോപാസീൻ കൊടുങ്കാറ്റിൽപെട്ടുപോവേണ്ടി വന്നു എന്നതാണ് സത്യം. ഒരു തിരിച്ചുപിടിക്കലിനും വെമ്പുന്ന പോസ്റ്റ് ഹ്യൂമൻ ഹൃദയം ചില സിനിമകളിൽ കാണുന്നുണ്ട്. തീർച്ചയായും പ്രകൃതിയോടിണങ്ങി അതിന്റെ ഒരു ഭാഗമാകാനുള്ള യത്നത്തിന്റെ അംശങ്ങൾ, പ്രത്യേകിച്ചും സ്ത്രീകേന്ദ്രീകൃതമായി രൂപപ്പെട്ടവ സ്വാംശീകരിച്ച സിനിമകൾ ചുരുക്കമായി പ്രത്യക്ഷപ്പെടാറുണ്ട്. പ്രകൃതിവിധ്വംസകത്തെ നേരിടുന്ന സംഭവഗതികൾ ആവിഷ്കരിക്കപ്പെട്ട സിനിമകളും.

രാമന്റെ ഏദൻ തോട്ടം, ഒരാൾപ്പൊക്കം

പ്രകൃതി സമ്മാനിക്കുന്ന സ്വച്ഛതയും വാത്സല്യവും തേടിപ്പോകുന്ന

വളുടെ കഥയാണ് രഞ്ജിത് ശങ്കറിന്റെ *രാമന്റെ ഏദൻ തോട്ട*ത്തിൽ ആഖ്യാനം ചെയ്യപ്പെടുന്നത്. നായിക മാലിനിയുടെ ഭർത്താവ് പുരുഷ കേന്ദ്രീകൃത സമൂഹവ്യവസ്ഥയുടെ പ്രതിനിധി എന്ന മട്ടിലാണ് അവതരണം. ആന്ത്രോപൊസീൻ പുരുഷന്റെ ഉടലാർന്ന പ്രതീകം എന്നപോലെ. പ്രകൃതിയുടെ സ്ത്രീഭാവത്തോട് അധികാരമനോഭാവമാണ് ഇയാൾക്ക്. വാസ്തവികതയ്ക്ക് അപ്പുറമോ ഇപ്പുറമോ എന്ന് തീർച്ചയാക്കാത്ത കഥാപാത്രമാണ് രാമൻ. പ്രകൃതിയോടൊപ്പം നിലനില്ക്കുന്നതിന്റെ ആത്യന്തിക ആവശ്യം മനസ്സിലാക്കിയ പോസ്റ്റ് ഹ്യൂമൻ. മാലിനി എന്ന സ്ത്രീത്വം അയാൾക്കൊപ്പം എന്നുമുണ്ട്, മരിച്ചുപോയ ഭാര്യ എന്ന നിലയിലാണ് ഈ നിതാന്ത കൂട്ടുകെട്ട് അവതരിക്കപ്പെടുന്നത്. നായിക മാലിനി ആന്ത്രോപോസീൻ നിബന്ധനകളിൽനിന്ന് വിടുതൽനേടി മാനവാനന്തരകാലഘട്ടത്തിലേക്ക് സ്ഥാനാന്തരണം ചെയ്യുന്നതായിട്ടാണ് അവതരണം. പക്ഷേ, നഗരജീവിതത്തെ തള്ളിക്കളയുകയോ ഇകഴ്ത്തുകയോ ചെയ്യുന്നില്ല. പല സിനിമകളിലും ഗ്രാമ്യതയെ പുല്കുന്ന കഥാരീതി ഉണ്ടെങ്കിൽ സാങ്കേതികതയെ തള്ളിപ്പറയുന്ന ഇരട്ടത്താപ്പാണ് പ്രകടമാക്കാറ്. മാലിനി ആൺകോയ്മാനിബന്ധനകളിൽനിന്ന് പുറത്തുകടക്കുകയും ചെയ്യുന്നു, രാമൻ എന്ന മിക്കവാറും മിത്തിക്കൽ ആയ കഥാപാത്രത്തെ അതേ പടി നിലനിർത്തിക്കൊണ്ടു തന്നെ. അവൾ നൃത്താദ്ധ്യാപികയാണ്, ലാസ്യഭംഗിയിണങ്ങിയ, കേരളപ്രകൃതിയോട് കൂടുതൽ ഇണങ്ങുന്ന മോഹിനിയാട്ടമാണ് നൃത്തരീതി എന്ന് സിനിമ ഉറപ്പിച്ചത് യാദൃച്ഛികമാകാൻ ഇടയില്ല.

ഒരാൾപ്പൊക്കം സ്ത്രീ, പ്രകൃതി, പുരുഷമേല്ക്കോയ്മ, ആന്ത്രോപൊസീൻ കടന്നുകയറ്റങ്ങൾ, മുക്തി ഇവയെല്ലാം സങ്കീർണ്ണമായി കെട്ടുപിണയുന്നത് കഥാരൂപം നല്കി ആവിഷ്കരിച്ചിട്ടുള്ളതാണ്. പാരിസ്ഥിതിക ജീർണ്ണോദ്ധാരണം (Ecological repair) അതുമായി ഘടിപ്പിക്കുകയും ചെയ്യുന്ന സമർത്ഥമായ ആഖ്യാനമാണ് സനൽകുമാർ ശശിധരന്റേത്. അപ്രത്യക്ഷയാകുന്ന നായികയെത്തേടി നായകൻ നടത്തുന്ന വിപുലമായ തേടലിൽ നായിക പ്രകൃതിയുടെ ഭാവങ്ങളായി പ്രത്യക്ഷപ്പെടുകയും അപ്രത്യക്ഷപ്പെടുകയുമാണ്. പലേ രൂപത്തിലും പലേ കഥാപാത്രങ്ങളായും നായിക അനുഭവപ്പെടുന്നുണ്ട് നായകന്. ആൺ അഹന്തയുടെ അടരുകൾ ഓരോന്നായി അഴിഞ്ഞു വീഴുന്നുണ്ട് നായകന്റെ ഈ മോചനത്തിന്റെയും മുക്തിയുടെയും തീർത്ഥയാത്രയിൽ. കഠിനാനുഭവങ്ങളുടെ അഗ്നിപരീക്ഷകൾ അനുഭവിച്ചാണ് അയാൾ മാനവാനന്തരൻ (posthuman) ആയിത്തീരുന്നത്.

തന്റെ പ്രേയസി ആയിരുന്ന നായിക പൂർണ്ണമായി പ്രകൃതിയിൽ വിലയിച്ചു കഴിഞ്ഞിരുന്നു അപ്പോഴേക്കും. ലോകപ്രകൃതിദൃശ്യങ്ങളിൽ

അദ്വിതീയപ്രാധാന്യം നേടിയിട്ടുള്ള ഹിമാലയ താഴ്വരകളാണ് ഈ സംഭവങ്ങളുടെ പശ്ചാത്തലം. ആന്ത്രോപോസീനിലെ മനുഷ്യനിർമ്മിതി ക്കെടുതികൾ, വെള്ളപ്പൊക്കം, അണക്കെട്ട് നിർമ്മിതിയും തകരലും, അങ്ങനെ ദുരന്തങ്ങൾക്ക് സാക്ഷിയാകുന്നുണ്ട് നായകൻ. വിലയനം പ്രാപിച്ച പ്രകൃതിയേയും സ്ത്രീയെയും ചിത്രീകരികരിക്കുന്നത് മലയാള സിനിമയിൽ ഇതാദ്യമല്ല. അരവിന്ദന്റെ *കാഞ്ചനസീത*യിൽ സീത തൽസ്വ രൂപമാർന്ന് പ്രത്യക്ഷപ്പെടുന്നതേ ഇല്ല. ശ്രീരാമനോടൊപ്പം സീതയുണ്ട് പക്ഷേ, പ്രകൃതിയുടെ അനുഭവങ്ങളായി ഇന്ദ്രിയസാക്ഷാൽക്കാരം നിർവ്വഹിക്കപ്പെടുകയാണ്. കാറ്റായും കുളിരായും ഓളങ്ങളായും അത് സംഭവിക്കുകയാണ്. ശ്രീരാമനു രാജാവിന്റെ വേഷഭൂഷാദികളോ ഭാവഹാവാദികളോ നല്കപ്പെട്ടിട്ടില്ല, പ്രകൃതിയോട് സമരസപ്പെടുന്ന മാനവന്തരൻ തന്നെ. അരവിന്ദന്റെ തന്നെ *കുമ്മാട്ടി*യിൽ മനുഷ്യർ (കുട്ടികൾ) തന്നെ മൃഗങ്ങളായി മാറുന്നവരാണ്, ചില മായാവിദ്യകളാൽ. അത് ഒരു ഹീനമോ നീചമോ ആയ പ്രവൃത്തി അല്ല, കളിയാണ്. ഈ മായാവിദ്യയുടെ അഭാവത്തിൽ മൃഗങ്ങളായവർക്ക് തിരിച്ച് മനുഷ്യരാവാൻ പറ്റാതെ പോകുകയാണ്, അത് ദുരന്തം സൃഷ്ടിക്കുന്നു.

പുതിയ സിനിമകളിൽ പോസ്റ്റ് ഹ്യൂമൻ ആശയങ്ങൾ മേൽക്കൈ നേടുന്നുണ്ട്. *ചുരുളി*യിൽ വന്യത മനുഷ്യനുപരിയായി മേൽക്കൈ നേടുന്ന ആഖ്യാനമാണ്. കാട് ആണ് മനുഷ്യന്റെ ആന്തരികസ്വഭാവം നിർണ്ണയിക്കുന്നത്. വനസ്ഥലികളിൽ സ്വത്വം നഷ്ടപ്പെടുന്ന മനുഷ്യന് അതേ ഇടങ്ങൾ തന്നെ മറ്റൊരു സ്വത്വം കണ്ടുപിടിച്ച് കൊടുക്കപ്പെടു കയാണ്. സമയം എന്നത് അപേക്ഷികമാണെന്ന് എളുപ്പം തെളിയിക്കു ന്നത് കാടിന്റെ ശാസ്ത്രമാണ്. പ്രകൃതിയുടെ ചാക്രികതയാണ് മനുഷ്യന്റെ ഉള്ളിൽ പ്രവർത്തിക്കുന്നത്, വന്യതയാണ് മാർഗ്ഗദർശകസ്വരൂപം. ജനനമരണനിഗൂഢതകൾ കാടകങ്ങൾക്കുള്ളിലാണ്. നാഗരികനായി മാറിയെങ്കിലും തൽജന്യമായ ക്രൗര്യങ്ങൾക്ക് കാട്ടിന്റെ നീതിയുണ്ട്, അത് നടപ്പാക്കപ്പെടുകതന്നെ ചെയ്യും എന്ന് സിനിമ പ്രഖ്യാപിക്കുന്നു. പോസ്റ്റ് ഹ്യൂമൻ സംസ്കാരത്തിൽ മനുഷ്യൻ–മനുഷ്യേതരം ഇവ തമ്മിലുള്ള കൊടുക്കൽ വാങ്ങലുകളിൽ കഥാഖ്യാനം പലേ വഴികൾ തേടാം, പ്രതിനിധീകരണത്തിലും കഥ പറച്ചിലിലും ആവിഷ്കാരചിന്തകൾ ഗതാനുഗതികത്വം പാലിക്കണമെന്നില്ല. പാശ്ചാത്യ സയൻസ് ഫിക്ഷൻ സിനിമകളിൽ ഇത് വ്യക്തമാണ്. സമയം അകം പുറം തിരിയുമ്പോൾ ഇടവും അകം/ പുറം തിരിയാം, യഥാതഥവും സാങ്കല്പികവുമായ ഇടങ്ങൾ തിരിച്ചറിയപ്പെട്ടേക്കുകയില്ല. ഓർമ്മകൾ അരേഖീയ (nonlinear) മായേക്കാം. Time loop ആഖ്യാനത്തിന്റെ കാതൽ ആകുന്നുണ്ട് *ചുരുളി*യിൽ. സിനിമയിലെ പോസ്റ്റ് ഹ്യൂമൻ ആവിഷ്കാരങ്ങളെക്കു

റിച്ചുള്ള ലേഖനത്തിൽ അന്നെകെ സ്മെലിക് ഇങ്ങനെ അഭിപ്രായപ്പെടുന്നു: 'The spectator can thus change classical patterns of identification and establish an experimental relation to the posthumanist films, embracing the narrative as a loop that intricately connects present, past and future.' ഇതേ സംവിധായകന്റെ (ലിജോ പെല്ലിശ്ശേരി) *ജെല്ലിക്കെട്ടി*ലും വന്യതയാണ് മനുഷ്യസ്വഭാവത്തിന്റെ കെട്ടഴിക്കലിന്റെ പശ്ചാത്തലനിർമ്മിതി സംഭവിപ്പിക്കുന്നത്. എല്ലാ പ്രത്യയശാസ്ത്രങ്ങളും അവിടെ അടിപതറി ചിതറിത്തെറിക്കുകയാണ്. നക്സലിസം ഉൾപ്പെടെ കേരളത്തിലെ രാഷ്ട്രീയപ്രസ്ഥാനങ്ങളുടെ തത്വദീക്ഷകൾ ഒക്കെ വെറും നേരമ്പോക്കായി മാറ്റപ്പെടുകയാണവിടെ. ഇടവിട്ടുള്ള രംഗങ്ങളിൽ രാഷ്ട്രീയക്കാരുടെ കളികൾ പ്രത്യക്ഷമാക്കുന്നുണ്ട്. *ചാർലി*യിലെ നായ

അനുസിതാര, കുഞ്ചാക്കോ ബോബൻ – രാമന്റെ ഏദൻ തോട്ടം

കൻ ചില പിന്തിരിപ്പൻ പ്രഖ്യാപനങ്ങൾ ("ഈ ഭൂമിയിലെ നല്ല വസ്തുക്കൾ എല്ലാം നമുക്കുള്ളതാണ്" എന്ന മാതിരി) നടത്തുന്നുണ്ടെങ്കിലും നിർമ്മമനായ ഒരു റോബോട്ടിന്റെ എന്നപോലെ, രക്ഷകനായ യേശു എന്നപോലെ പോസ്റ്റ് ഹ്യൂമൻ സ്വഭാവം പേറുന്നുണ്ട് പലപ്പോഴും. *ലീല*യിലെ നായകൻ തന്റെ ചോദനകൾക്ക് തുറസ്സ് തേടുന്നത് വന്യതയിലും അവിടെ തെളിയുന്ന ആനയിലുമാണ്. കൃഷി വൻരീതിയിൽ പരിസ്ഥിതി

നാശത്തിനു വഴിതെളിച്ചിട്ടുണ്ടെങ്കിലും *ഇവിടം സ്വർഗ്ഗമാണ്* (റോഷൻ ആൻഡ്രൂസ്) എന്ന സിനിമയിൽ പ്രകൃതിയിലേക്ക് മടങ്ങുക എന്ന സന്ദേശം പേറുന്ന കർഷകനെ കാണാം. എന്നാൽ *ലൗഡ് സ്പീക്കറി* (ജയരാജ്) ൽ ഗ്രാമ്യതയുടെയും സ്വച്ഛപ്രകൃതിയുടെയും സന്തോഷങ്ങളിലേക്ക് മടങ്ങാൻ ആഹ്വാനം ചെയ്യുന്ന കഥാതന്തു ആധുനികമായതിനെയും സാങ്കേതികതയുടെ വിജയങ്ങളേയും പാടേ നിരസിക്കുകയാണ്, അതിന്റെ എല്ലാ സൗഭാഗ്യങ്ങളെയും സർവ്വാത്മനാ സ്വാംശീകരിച്ചുകൊണ്ടുതന്നെ. ഇത് വ്യാജമാണെന്ന് മാത്രമല്ല ഇരട്ടത്താപ്പുമാണ്. *ലൗഡ്സ്പീക്കർ* സിനിമ സ്ത്രീവിരുദ്ധവുമാണ്.

പ്രധാനവും വിലപ്പെട്ടതുമായ ജീവിതവ്യവഹാരങ്ങൾ കമ്പ്യൂട്ടർ വഴി മാത്രം സാധിച്ചെടുക്കുന്നതിന്റെ കഥാഖ്യാനമാണ് *സീ യു സൂൺ* (മഹേഷ് നാരായണൻ). സാങ്കേതികത എത്രമാത്രം ജീവിതഗന്ധിയും സുഗമവും മനുഷ്യാനുകൂലവുമാണെന്ന് തെളിയിക്കപ്പെടുന്നുണ്ട് ഈ സിനിമയിൽ. ഒന്ന് രണ്ട് ലാപ്‌റ്റോപ്പുകളും സെൽഫോണുകളും മാത്രം വഴി നിർണ്ണായകമായ ജീവിതവഴിത്തിരിവുകളിലെ തീരുമാനങ്ങൾക്ക് സാധുതയേറ്റപ്പെടുകയാണ്. പരസ്പരം നേരിൽ കാണാതെ, കമ്പ്യൂട്ടർ സ്ക്രീനിലെ പ്രതിരൂപങ്ങൾ മാത്രം വിശ്വസിച്ച് ഇണയെ തീരുമാനിക്കുന്നതും കുടുംബങ്ങൾ തമ്മിലുള്ള ചില പ്രാഥമിക ചടങ്ങുകൾ സാങ്കേതികതയെ ആശ്രയിച്ച് നടത്തപ്പെടുന്നതും ദൃശ്യപ്പെടുത്തുന്നുണ്ട്. സമയവും ദൂരവും ഖണ്ഡിക്കപ്പെട്ട പുതിയ വാതാവരണത്തിലെ മനുഷ്യജീവിതത്തിന്റെ നേർ ആഖ്യാനമാണ് *സീ യു സൂൺ*. ഇതേ കമ്പ്യൂട്ടർ സാങ്കേതികത ഉപയോഗിച്ച് പുരുഷന്റെ നീചത്വത്തിൽനിന്ന് സ്ത്രീക്ക് രക്ഷ കിട്ടാനുള്ള ഉപായങ്ങൾ നിർമ്മിച്ചെടുക്കുന്നുമുണ്ട്. അതുകൊണ്ട് സിനിമ തികച്ചും സ്ത്രീപക്ഷവുമാണ്.

മാനവാനന്തരകാലത്ത് ലിംഗഭേദങ്ങൾ വിസ്മൃതവും അപ്രസക്തവുമാണ്. പുരുഷൻ മേൽക്കൈ നേടുന്നില്ല, സ്ത്രീക്കും തുല്യതയാണ് എന്നു മാത്രമല്ല സ്ത്രീയോ പുരുഷനോ എന്ന ചോദ്യം പോലും ഉദിക്കുന്നില്ല. ലിംഗനീതി എന്നുള്ളത് ആവശ്യമായി വരുന്നില്ല എന്നതാണ് സത്യം. പാശ്ചാത്യ സിനിമകളിലെ സൈബോർഗുകളും റോബോട്ടുകളും ലിംഗപരമായി തരംതിരിക്കപ്പെട്ടവരല്ല. ആണിന്റെ സ്വത്വം–കായികമായിട്ടെങ്കിലും– ഏറ്റെടുക്കാനാവുന്ന പെണ്ണിനെ ചിത്രീകരിക്കപ്പെടുന്നതുവരെ മലയാളം സിനിമ എത്തിയിരിക്കുന്നു എന്നത് ശ്രദ്ധാർഹമാണ്. *ഭീമന്റെ വഴി* (അഷ്റഫ് ഹംസ)യിൽ അവസാനം വില്ലനെ എടുത്ത് മറിച്ച് നിലത്തിടുന്നത് നായകനായ പുരുഷനോ മറ്റൊരു അഭ്യാസി ബലവാനോ അല്ല ജൂഡൊ അദ്ധ്യാപികയായ ഒരു സ്ത്രീ അഞ്ജു (നടി ചിന്നു

ചാന്ദ്നി) ആണ്.

പരാമർശിതം

1. Smelik, Anneke. Film. *In The Cambridge Companion to Literature and the Posthuman.* Ed. Clarke B and Rossini M Cambridge University Press, 2017, pp:224
2. LaGrandeur, Kevin. Androids and the Posthuman in Television and Film. *In The Palgrave Handbook of Posthumanism in Film and Television.* Ed. Hauskeller, M, Philbeck T D and Carbonell C D Palgrave MacMillan 2015 pp:450
3. Ornella, Alexander D Uncanny Intimacies: Humans and Machines in Film. *In The Palgrave Handbook of Posthumanism in Film and Television.* Ed. Hauskeller, M, Philbeck T D and Carbonell C D Palgrave MacMillan 2015 pp:450
4. Nayar, Pramod K 'Trust a Few, Fear the Rest:' The Anxiety and Fantasy of Human Evolution. *In The Palgrave Handbook of Posthumanism in Film and Television.* Ed. Hauskeller, M., Philbeck T D and Carbonell C D Palgrave MacMillan 2015pp:450
5. Hassler-Forest, Dan. Of Iron Men and Green Monsters: Superheroes and Posthumanism. *In The Palgrave Handbook of Posthumanism in Film and Television.* Ed. Hauskeller, M, Philbeck T D and Carbonell C D Palgrave MacMillan 2015pp: 450
6. Fox, N J and Alldred P Sustainability, feminist Posthumanism and the unusual capacities of (post) humans. *Environmental Sociology* 6: 121-131, 2020
7. Braidotti, R 2019. *Posthuman Knowledge.* Cambridge University Press, 2019, pp 226.

മലയാളസിനിമ–ഒരു കോവിഡ് കാലനോട്ടം പുതിയ സംവിധായകരുടെ തന്റേടങ്ങൾ, പഴയ സംവിധായകരുടെ 'ആറാട്ട്' നേട്ടങ്ങൾ

അതതുകാലത്തെ സമൂഹമാനസികാവസ്ഥയാണ് കലാസൃഷ്ടികളെ സ്വീകാര്യമാക്കുന്നത്. സിനിമയുടെ കാര്യവും ഇതിൽ ഉൾപ്പെടും. പൊതുബോധത്തിന്റെ താല്പര്യങ്ങളെ മാനിച്ചാണ് സിനിമ പോലെ ജനമദ്ധ്യത്തിലേക്ക് പരത്തിയിറക്കുന്ന കല സാർത്ഥകമാക്കുന്നത്. പ്രക്ഷുബ്ധമായ മനസ്സിനു അതിനു യോജിച്ച കുളിർമ്മയാർന്ന കലാംശങ്ങൽ കലർത്തേണ്ടതുണ്ട്.

കോവിഡ് മഹാമാരി ഏറ്റവും ബാധിക്കപ്പെട്ട കല സിനിമ തന്നെ, ലോകമാസകലം. വാണിജ്യപരവുമായതിനാൽ ഇടിവ് വന്ന വൻവ്യവസായങ്ങളിൽ മുൻപൻ. ഇന്ത്യയിലാണെങ്കിൽ പ്രധാന വിനോദോപാധി തന്നെ സിനിമ. കോവിഡാനന്തര സിനിമയിൽ പ്രധാനമായും ഊന്നൽ കൊടുക്കേണ്ടത് ശുഭാപ്തിവിശ്വാസം ഉറപ്പിക്കുന്നതും ശുഭോദർക്കമായ പരിണതി ഉദ്ദേശിച്ചുള്ളതും ആയ കഥയും ഉന്മേഷദ്യോതകമായ കഥാന്ത്യവും ആണെന്നുള്ളത് സിനിമ നിർമ്മിച്ചെടുക്കുന്നവർക്ക് വേണ്ടുന്ന മിനിമം അറിവ് ആണ്. നിപ വൈറസ് ബാധയ്ക്കുശേഷം ആ വൈറസിന്റെ ഉറവിടവും പകർച്ചാ ചരിത്രവും കോഴിക്കോട് ഭാഗത്ത് അതിനെ ചെറുക്കാൻ ചെയ്ത യത്നങ്ങളുമെല്ലാം ചേർത്ത് സിനിമ (*വൈറസ്*, ആഷിക് അബു) ഇറങ്ങിയിരുന്നു. ഇന്ന് അങ്ങനെ ഒരു സിനിമ കോവിഡ് വൈറസിനെക്കുറിച്ച് ഇറങ്ങാൻ സാദ്ധ്യതയേ ഇല്ല. കോവിഡിന്റെ പ്രഹരം ആഴത്തിൽ പതിഞ്ഞതാണ്, അപരിമേയമായ കെടുതികളിൽനിന്നുള്ള ആഘാതം ആരേയും വിട്ടു പോയിട്ടുമില്ല. 2021 പകുതിക്ക് ശേഷവും 2022 ലും ഇറങ്ങിയ സിനിമകൾ ഇത്തരം ആഖ്യാനങ്ങളിൽനിന്ന് വിട്ടുനിന്നിട്ടുണ്ട് പൊതുവേ. ചില അപവാദങ്ങൾ ഇല്ലെന്നല്ല. ഒരു വിനോദോപാധി എന്ന നിലയ്ക്കാണു സിനിമയുടെ പൊതു സ്വീകാര്യത എങ്കിലും കലാംശം

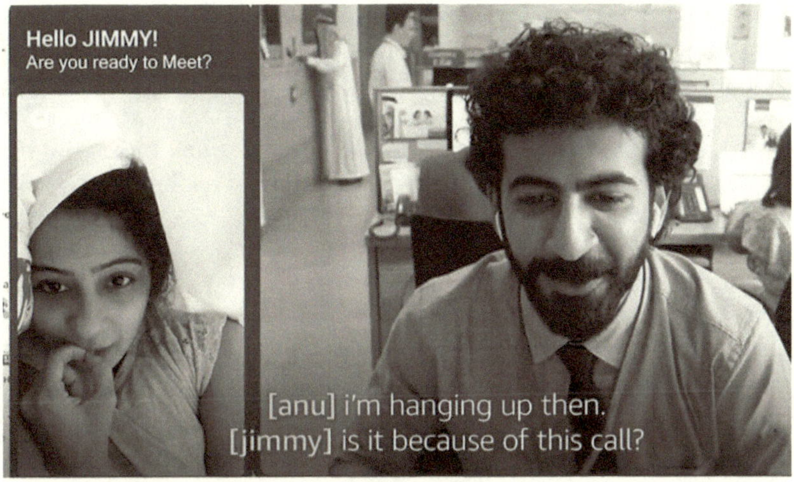

സി യൂ സൂൺ

ഏറെ മുമ്പിൽ നിന്നേക്കാം പലപ്പോഴും. പക്ഷേ, ഒരു മഹാമാരി സമയത്തോ അതിനുശേഷമോ പ്രേക്ഷകർക്ക് വേണ്ടത് ആനന്ദദായകവും ശുഭോദർക്കവും ആയ പ്രമേയദൃശ്യങ്ങളാണ്.

2020 ൽ പൊടുന്നനവേ ആണ് പലേ സിനിമകളുടെയും ഷൂട്ടിങ് നിന്നു പോയത്. പലേ സിനിമകളും പിന്നീട് തുടരാൻ ഭാഗ്യം കിട്ടിയവയുമല്ലായിരുന്നു. തുടരാൻ സാധിച്ചവ പെട്ടെന്ന് മാറിയ പരിസ്ഥിതിയോട് ഇണങ്ങുന്ന വിധം ചിട്ടപ്പെടുത്തുകയാണുണ്ടായത്. ഷൂട്ടിങ് ഇടങ്ങളുടെ പരിമിതിയിൽ രംഗങ്ങൾ മാറ്റി എഴുതപ്പെടേണ്ടിവന്നിട്ടുണ്ട്, കഥാസന്ദർഭങ്ങളിൽ തദനുസാരിയായി മാറ്റങ്ങൾ വരുത്തേണ്ടിയും വന്നു. ചെറിയ ഒതുങ്ങിയ ഇടങ്ങളിലേക്ക് കഥ മാറ്റപ്പെട്ടു, ആൾക്കൂട്ടവും തെരുവ് സീനുകളും വേണ്ടെന്ന് വയ്ക്കപ്പെട്ടു. പല രംഗങ്ങളും രാത്രിയിലേക്കായി മാറ്റപ്പെട്ടു. വി എഫ് എക്സ് എന്ന കമ്പ്യൂട്ടർ വിദ്യ അത്യാവശ്യമായി വന്നു ദൃശ്യങ്ങളുടെ ഇല്ലായ്മയെ മറി കടക്കാൻ. മുകളിൽനിന്നുള്ള ഏരിയൽ ഷോട്ടുകൾ കൂടുതലായി വന്നുവെന്നത് സത്യമാണെങ്കിലും രസാവഹമാണ്. കുടുംബത്തിന്റെ ഇഴയടുപ്പം, ഊഷ്മളബന്ധങ്ങളുടെ ഗാഢതയും ഉന്മേഷപ്രദാനവും ഒക്കെ കൂടുതലായി ആഖ്യാനത്തിൽ വന്നു ചേരുകയും ചെയ്തു. വലിയ 'സ്പെക്റ്റക്കിൾ' അപ്രത്യക്ഷവും അനാവശ്യവുമായി, അവയില്ലാതെ പ്രേക്ഷകരെ പിടിച്ചിരുത്താമെന്ന് സംവിധായകർ തെളിയിക്കുകയും ചെയ്തു. തിയേറ്ററുകൾ അടച്ചതോടേ വലിയ വിവാദങ്ങളോടെ ഒ റ്റി റ്റി റിലീസുകളിലേക്ക് സിനിമകൾ സ്ഥാനാന്തരണം ചെയ്തു. സിനിമയുടെ ദൃശ്യപരത ഒട്ടേറെ മാറ്റങ്ങൾക്ക് വിധേയമായത് വിപ്ലവാത്മകമായി. മൊബൈൽ ഫോണിലോ കമ്പ്യൂട്ടർ സ്ക്രീനിലോ സിനിമ കാണുക എന്ന നൂതന രീതിയോട് സമരസപ്പെട്ടു

പ്രേക്ഷകർ, തിയേറ്ററിൽ സിനിമ കാണുന്നതിനു മുൻപിലുള്ള മാനസിക തയ്യാറെടുപ്പുകൾ ഇല്ലാതായി. സിനിമയെ സമീപിക്കുന്ന രീതിയിൽ ത്തന്നെ വൻ പരിവർത്തനങ്ങൾ അറിയാതെ തന്നെ വന്നുകയറി. നാം നോക്കുന്ന കമ്പ്യൂട്ടർ സ്ക്രീനിൽ മറ്റൊരു കമ്പ്യൂട്ടർ സ്ക്രീൻ പ്രത്യക്ഷപ്പെട്ട് കഥ പറയുന്ന *സീ യു സൂൺ* പോലത്തെ സിനിമ പ്രേക്ഷകപ്രീതി നേടിയത് ഈ മാറ്റങ്ങളെ സ്വാംശീകരിച്ചതിന്റെ ഉത്തമ ദൃഷ്ടാന്തമാണ്.

തിയേറ്റർ അനുഭവം എന്നത്

ശബ്ദത്തിന്റെ പ്രകടനപരമായ വിന്യാസങ്ങൾ സൃഷ്ടിക്കുന്ന മായാജാലം പ്രധാന ആകർഷണമാണ് തിയേറ്ററിന്റേത്. കൂട്ടായുള്ള ആഘോഷപ്രതീതിയും ഇത് സൃഷ്ടിക്കുന്നു ചെറുപ്പക്കാരെ കൂടുതലായി തിയേറ്ററിൽ എത്തിക്കുന്നുവെന്നത് സാമ്പത്തികവിജയത്തിന്റെ സുനിശ്ചിത ഘടകവുമാണ്. തിയേറ്ററോ ഒ റ്റി റ്റിയോ എന്ന ദ്വന്ദ്വം വിപരീതഭാവത്തോടെ ഉടലെടുക്കുന്നതും ഈ പര്യാലോചനയെ സംഘർഷത്തിൽ എത്തിക്കുകയും ചെയ്യുന്നുണ്ട്. ദുൽഖർ സൽമാന്റെ *സല്യൂട്ട്* ഒ റ്റി റ്റിയിൽ മാത്രം റിലീസ് ചെയ്യുന്നതുകൊണ്ട് തിയേറ്റർ സംഘടന ആ നടന്റെ ഒരു സിനിമയും തിയേറ്ററിൽ റിലീസ് ചെയ്യപ്പെടുകയില്ല എന്ന വാശിയിലായത് ഉദാഹരണം. തിയേറ്റർ അനുഭവം പലപ്പോഴും ദുരനുഭവം ആകാറുണ്ട്, ഫാൻ ക്ലബ്ബുകാരുടെ അതിരുകടന്ന ആഹ്ലാദപ്രകടനങ്ങളും ചെയ്തികളും പാലഭിഷേകവും മറ്റും, അമിതമായ മൊബൈൽ ഫോൺ ഉപയോഗം ഇവയൊക്കെ ഒരു വലിയ വിഭാഗം പ്രേക്ഷകരെ തിയേറ്ററിൽനിന്ന് അകറ്റി സ്വന്തം ഇടത്തിലേക്ക് സിനിമയെ സ്ഥാനാന്തരണം ചെയ്യിച്ചിട്ടുണ്ട്. തിയേറ്റർ സൗകര്യങ്ങളെ വീട്ടിൽ എത്തിക്കാൻ ഹോം തിയേറ്റർ സൗകര്യങ്ങളും വ്യാപകമാകുന്നുണ്ട്. സിനിമയുടെ ദൃശ്യപരതയെയും ആഖ്യാനരീതികളെയും ഇവ ഒക്കെ സ്വാധീനിച്ചു കഴിഞ്ഞു എന്നത് പോസ്റ്റ്-കോവിഡ് സിനിമകളിൽ തെളിഞ്ഞു കാണുന്നുണ്ട്. മൊബൈൽ ഫോണിലോ കമ്പ്യൂട്ടർ സ്ക്രീനിലോ പ്രദർശിതമാക്കുന്ന രംഗങ്ങൾക്ക് ഏകാഗ്രത നല്കേണ്ടത് അത്യാവശ്യമാണെന്ന് സംവിധായകർ നന്നായി പഠിച്ചും തുടങ്ങി.

സംവിധായകർ-പുതിയവരുടെ തന്റേടം

ഈ വാതാവരണത്തോട് എളുപ്പം ഇണങ്ങിയത് പുതിയ സംവിധായകർ ആണെന്ന് പറയാം. *ജാൻ എ മനുമായി* ചിദംബരം, *ആർക്കറിയാമുമായി* സനു ജോൺ വർഗീസ്, *തിങ്കളാഴ്ച നിശ്ചയവുമായി* സെന്ന ഹെഗ്ഡേ, ഒക്കെ ചെറു സ്ക്രീനുകളോടോ കോവിഡ് പരിമിതികളോടോ ഇണക്കി സിനിമ നിർമ്മിച്ചെടുത്തവരാണ്, പ്രേക്ഷകരെ തൃപ്തിപ്പെടുത്താനും കഴിഞ്ഞു അവർക്ക്. നവാഗതരായ അഷ്രഫ് ഹംസ (*ഭീമന്റെ വഴി*), വിഷ്ണു മോഹൻ (*മേപ്പടിയാൻ*) ഗിരീഷ് എ ഡി (*സൂപ്പർ ശരണ്യ*)

ഖാലിദ് റഹ്മാൻ (*ലവ്*) എന്നിവരൊക്കെ ഒരു സിനിമയുടെ മാത്രം പരിചയവുമായി വന്ന് സ്വീകരണശേഷിയുള്ള സിനിമകൾ നിർമ്മിച്ച വരാണ്. കോവിഡ് കാലം അതിജീവിച്ച സിനിമകൾ സംവിധാനം ചെയ്ത വർ. വെല്ലുവിളികൾ സ്വാംശീകരിച്ച് രഞ്ജിത് ശങ്കറും അമൽ നീരദും ബി ഉണ്ണികൃഷ്ണനും ദിലീഷ് പോത്തനും മഹേഷ് നാരായണനും ജിത്തു ജോസഫും പൃഥ്വിരാജും ബേസിൽ ജോസഫും (*മിന്നൽ മുരളി*)യും എത്തി. കൂടുതലും ഒരു കാർ ഓടിക്കുന്ന രംഗങ്ങളുള്ള *നൈറ്റ് ഡ്രൈവു* മായി വൈശാഖും തന്റെ സാന്നിദ്ധ്യം അറിയിക്കുന്നു.

സണ്ണി

കോവിഡ് കാലത്ത് തുടങ്ങി കോവിഡ് കാലത്ത് തന്നെ അവസാനി ക്കുന്ന കഥകൾ പ്രത്യാശയ്ക്ക് വഴിയുണ്ട് എന്ന് സൂചിപ്പിക്കുന്നവയാണ്. രഞ്ജിത് ശങ്കറിന്റെ *സണ്ണി* കോവിഡ് മഹാമാരിയുടെ എല്ലാ ദുരന്തങ്ങളും കെടുതികളും ഒരു മുറിയിൽ ഒരാൾക്ക് സംഭവിക്കുന്ന ദുർഘടങ്ങളിലൂടെ ആഖ്യാനിക്കപ്പെടുകയാണ്. വൻസമൂഹത്തിന്റെ കെടുതികൾ ഒരാളി ലേക്ക് ചുരുക്കി ആന്തരവല്ക്കരിക്കപ്പെടുന്നു ഇവിടെ. ക്വാറന്റൈൻ കാല ത്ത് സ്വന്തം ജീവിതത്തിലേക്ക് തിരിഞ്ഞുനോക്കേണ്ടതിന്റെ ആവശ്യകത നിജപ്പെടുത്തുന്നതിനോടൊപ്പം ദൗർഭാഗ്യകാലത്ത് ശുഭോദർക്കമായ ചിന്തകൾ ആത്മസുധാരണത്തിനു വഴിവയ്ക്കുകയും ചെയ്യുമെന്ന് സിനിമ സൂചിപ്പിക്കുന്നു. ദാമ്പത്യേതരബന്ധങ്ങളും സാമ്പത്തികത്തി രിമറിവുകളും ഒറ്റപ്പെടുത്തി അതിനുമേൽ കോവിഡ് ഏകാന്തവാസം വിധിക്കുമ്പോൾ സണ്ണി ആത്മഹത്യക്കൊരുമ്പെടുകയാണ്. അയാൾക്ക് വരുന്ന ഫോൺ വിളികൾ വഴിയാണ് സിനിമ കഥ പറയുന്നത്. കോവിഡ് അസുഖം അയാൾക്കുള്ള ശിക്ഷയാണ്, പക്ഷേ, പാപവിമുക്തിക്ക് വഴിയുണ്ട്. 'This too shall pass' എന്നൊരു സന്ദേശം അയാളുടെ ഫോ

ആർക്കറിയാം

ണിൽ വരുന്നത് വ്യക്തമായി കാണിച്ച് സിനിമ ഉദ്ദേശം വെളിവാക്കുന്നു എന്ന് കരുതാം. കോവിഡ് ബാധയുടെ സമൂലകത സണ്ണിയുടെ മാനസികവ്യാപാരത്തിലൂടെ വിദിതമാകുന്നു. മാനസികാഘാതത്തിനു ഒരു ദാർശനികമാനം നല്കാനുള്ള ശ്രമമുണ്ടിവിടെ.

ആർക്കറിയാം

കോവിഡ് പകർച്ചവ്യാധി ഏല്പിക്കുന്ന പരിക്കുകളുടെ പരിണതി ജീവിതസന്ദർഭങ്ങളെ ബാധിക്കുന്ന കഥയുടെ വഴിത്തിരിവുകളാണ് സനു ജോൺ വർഗീസിന്റെ *ആർക്കറിയാ*മിൽ. ടെലിവിഷനിൽ വരുന്ന കോവിഡ് വാർത്തകൾ പലപ്പോഴും ആഖ്യാനത്തിനുപയോഗിക്കുന്നുണ്ട്. പാൻഡെമിക് പകർന്നു തുടങ്ങുന്ന കാലഘട്ടമാണ്, മാസ്ക് ഉപയോഗം പ്രചാരത്തിൽ വന്ന് തുടങ്ങിയിട്ടുണ്ട്. പക്ഷേ, സിനിമ ഷൂട്ടിങ് കോവിഡ് പ്രചണ്ഡമായ തേർവാഴ്ച നടത്തിയിരുന്നപ്പോൾത്തന്നെ. എന്നാലും കാലഘട്ടത്തിന്റെ സൂചനയ്ക്കു വേണ്ടി മാത്രമല്ല കോവിഡ് വ്യാധിയെ ഉപയോഗിച്ചിരിക്കുന്നതെന്ന് തീർച്ചയാണ്. കുടുംബബന്ധങ്ങളെ ഉറപ്പിച്ചുനിർത്താനുള്ള ഉപാധി- ഒരു ബാഹ്യസ്വരൂപ വിപത്ത്- എന്ന നിലയിലാണ്. പാപവും മുക്തിയും ഇവിടെയും ചർച്ച ചെയ്യപ്പെടുന്നുണ്ട്. കോവിഡ് കാലത്തെ ദുർഘടങ്ങൾ മാറിക്കിട്ടി സ്വസ്ഥജീവിതം തുടരുന്നു എന്ന ശുഭോദർക്കസൂചനയോടെയാണ് സിനിമ അവസാനിക്കുന്നത്.

സീ യു സൂൺ

സൂക്ഷ്മതരമായ നിർമ്മിതിയിലൂടെ ഒരു മഹാമാരിക്കാലത്ത് ഉദ്ദിഷ്ടസിദ്ധിസാധകമായി പ്രേക്ഷകരോട് സംവദിച്ച സിനിമയാണ് മഹേഷ് നാരായണന്റെ *സീ യു സൂൺ*. കോവിഡ് കാലത്ത് സംഭവിക്കുന്ന കഥയൊന്നുമല്ല ഈ സിനിമയിൽ, എക്കാലവും നടക്കാവുന്നതാണ്. ആധുനിക സംവേദനസാദ്ധ്യതകൾ ഉപയോഗിച്ച് മനുഷ്യർക്ക് അടുത്തിടപഴകാൻ സാദ്ധ്യതയേറെയാണ് ഇക്കാലത്ത്. മൊബൈൽ ഫോൺ വഴി ബന്ധങ്ങൾ സൃഷ്ടിക്കപ്പെടുന്നതും ചതിയിൽ അകപ്പെടുന്നതും ബന്ധങ്ങൾ മുറിയുന്നതും സ്ഥിരം വാർത്തകളായ ഇക്കാലത്ത് അതിന്റെ ദൃശ്യപ്പെടുത്തൽ എങ്ങനെ സിനിമാറ്റിക് ആക്കി മാറ്റാമെന്നുള്ള വെല്ലുവിളിയാണ് സംവിധായകൻ ഏറ്റെടുത്തിരിക്കുന്നത്. പ്രതികൂലാവസ്ഥകളിലും സിനിമ എന്ന വിനോദോപാധി അനുസ്യൂതം തുടരാമെന്നുള്ളതിന്റെ തെളിവ്. മൊബൈൽ ഫോൺ ദൃശ്യങ്ങളും ലാപ്ടോപ്പിൽ തെളിയുന്ന പ്രതിച്ഛായകളും മാത്രം ഉപയോഗിച്ചാണ് ആഖ്യാനം. പെരുമാറ്റങ്ങളും യാത്രകളും അന്യോന്യസംബന്ധങ്ങളും കണിശമായി പ്രതിബന്ധിതമാക്കപ്പെട്ട കാലത്ത് ഉദ്വേഗജനകമായ രംഗങ്ങൾ ഉൾപ്പെടുത്തി എങ്ങനെ സിനിമ നിർമ്മിച്ചെടുക്കാമെന്നതിന്റെ ഉദാത്ത ഉദാഹരണമാണീ സിനിമ. ബാംഗ്ലൂരിലും ദുബായിയിലും കേരളത്തിലുമായി കഥ നടക്കുന്നു

എന്ന് വിശ്വസിപ്പിക്കുന്നുണ്ട് പ്രേക്ഷകനെ. കമ്പ്യൂട്ടർ വിദ്യയുടെ ആൽഗൊരിതമുകൾ ഉപയോഗിച്ച് ഡിറ്റെക്റ്റീവ് പണികൾ സാധിച്ചെടുക്കാമെന്ന് തെളിയിക്കപ്പെട്ടിട്ടുള്ള ഇക്കാലത്ത് ദൂരെയിരുന്ന് ചെയ്ത് തീർക്കാവുന്ന കാര്യങ്ങൾ നിരവധിയാണെന്ന് സിനിമ പറഞ്ഞുതരുന്നുണ്ട്. വില കൂടിയതും സങ്കീർണ്ണ സാങ്കേതികതാനിബദ്ധവുമായ ക്യാമറകൾ അത്ര അത്യാവശ്യമല്ലെന്നും മൊബൈൽ ഫോണോ ലാപ് ടോപ്പോ ഉപയോഗിച്ച് സിനിമാ ആലേഖനം സാദ്ധ്യമാണെന്നും കോവിഡ് വെല്ലുവിളികൾ പഠിപ്പിച്ചു തരുന്നു.

ലവ്

ഖാലിദ് റഹ്മാന്റെ ഈ സിനിമ തികച്ചും വളരെ പരിമിതമായ ഒരിടത്ത്–ഒരു ഫ്ളാറ്റിനുള്ളിൽ മാത്രം–സംഭവിക്കുന്ന രീതിയിൽ രചിക്കപ്പെട്ടതാണ്. കോവിഡ്കാല പരിമിതികളെ മറികടക്കാൻ ഒരു പോംവഴി ഇതുതന്നെ–ചെറിയ ഒരിടം നിജപ്പെടുത്തിക്കൊണ്ട് അവിടെ വൻ നാടകീയതയും സംഘർഷാവസ്ഥയും സാധിച്ചെടുക്കുക എന്നത്. ഫ്ളാറ്റിനുള്ളിൽ പ്രവേശിക്കാനുള്ള കതകും രണ്ട് മുറികളുടേയും കുളിമുറികളുടേയും കതകുകളും അടയ്ക്കുകയും തുറക്കുകയും ചെയ്തുകൊണ്ട് ഭ്രമാത്മകത സൃഷ്ടിക്കപ്പെടുന്നുണ്ട്. നായകന്റെ ഫാന്റസികളും ഇതിനോട് ചേരുമ്പോൾ ഇടം എന്നതിന്റെ പരിമിതി വിസ്മൃതമാകുകയാണ്. കഥാപാത്രങ്ങളുടെ എണ്ണവും പരിമിതപ്പെടുത്തിയിട്ടുണ്ട്. ഒരു സമ്പൂർണ്ണ ലോക് ഡൗൺ നിർമ്മിത സിനിമ തന്നെയാണ് *ലവ്*. ചടുലമായ ആഖ്യാനം തന്നെ വിശ്വസനീയത നല്കുന്നത്.

ഇതുപോലെ *ജോജി* (ദിലീഷ് പോത്തൻ)യും ഇടം ചുരുക്കി നിജപ്പെടുത്തിയ സിനിമ ആണ്. ഒരു വീടും ചുറ്റുമുള്ള സ്ഥലങ്ങളും മാത്രം ദൃശ്യപ്പെടുത്തി ആഖ്യാനം അതിനനുസരിച്ച് വ്യവസ്ഥപ്പെടുത്തിയിരിക്കുന്നു. കുരുതി, *ബ്രോ ഡാഡി, കോൾഡ് കേസ്* ഒക്കെ കോവിഡ് കാലത്ത് അതിന്റേതായ ക്രമപ്പെടുത്തലോടേ ഷൂട്ട് ചെയ്തതാണ്.

മിന്നൽ മുരളി

ഒരു അതിമാനുഷൻ മനുഷ്യകുലത്തെ രക്ഷിക്കാൻ അവതരിക്കുന്നത് പാശ്ചാത്യസിനിമകളിൽ പണ്ടേ പ്രത്യക്ഷപ്പെട്ട പ്രമേയമാണ്. മലയാളത്തിൽ ആദ്യമായാണ് ഇങ്ങനെ ഒരു സൂപ്പർ ഹീറോ പ്രത്യക്ഷപ്പെടുന്നത്. കോവിഡ് വ്യാപിക്കുന്നതിനു മുൻപേ നിർമ്മാണം തുടങ്ങിയതാണ് ഈ സിനിമ എങ്കിലും കോവിഡ് കാലത്ത് പ്രധാന രംഗങ്ങൾ ചിത്രീകരിക്കേണ്ടിവന്നിട്ടുണ്ട്. വളരെ സ്വീകാര്യത നല്കി ആഘോഷിക്കപ്പെട്ടു *മിന്നൽ മുരളി*. ദൈന്യതയും അരക്ഷിതാവസ്ഥയും മറികടക്കാനും പ്രസന്നവും സ്വച്ഛവും ആയ ഭാവി വാഗ്ദാനം ചെയ്യാനും ഒരു അതിമാനുഷൻ നമുക്കിടയിലേക്ക് ഇറങ്ങിവരുന്നു എന്ന സങ്കല്പം കോവിഡ് ആഘാതത്തിനുശേഷം അത്യാവശ്യവും അതിജീവനത്തെ

പ്രോത്സാഹിപ്പിക്കുന്നതുമാണ്. ഒരു സാധാരണ തയ്യൽക്കാരനാണ് *മിന്നൽമുരളി* ആയി സ്വരൂപാന്തരണം സംഭവിച്ച് ധർമ്മസംസ്ഥാപനം സാധിച്ചെടുക്കുന്നത്. അമേരിക്കയ്ക്കുപോകാൻ ഷർട്ട് തയ്പ്പിച്ച് കാത്തിരിക്കുന്നവൻ അത് വേണ്ടെന്നു വെച്ച് നമ്മോടൊപ്പം അതിശക്തിയോടെ നില്ക്കുമെന്ന് വാഗ്ദാനം ചെയ്യുന്നത് ആത്മഋണമുക്തിക്കും സുധാരണത്തിനും വഴിതെളിക്കുന്നതാണ്. *മിന്നൽമുരളി*യുടെ സ്വീകാര്യതയുടെ പിന്നിൽ ഇത്തരം പ്രീതീകരശുഭചിന്തകളാണ്.

ആറാട്ട് – മോഹൻലാൽ

പൊതുവേ സന്തോഷാനുഭവ (feel good) സിനിമകൾക്ക് തന്നെയാണ് ഇക്കാലത്ത് പ്രിയമേറുന്നത്. *ഭീമന്റെ വഴി* അപ്രതിഹതനായ വില്ലൻ ജീവിതത്തിന്റെ വഴിമുടക്കുമ്പോൾ അയാളെ മലർത്തിയടിച്ച് അതും ഒരു സ്ത്രീ–മുന്നോട്ടുള്ള യാത്ര സുഗമമാക്കപ്പെടുന്ന കഥയുടെ ആവിഷ്കാരമാണ്. ഒരേ ഒരു ലൊക്കേഷനിൽത്തന്നെയാണ് സിനിമാചിത്രീകരണം നടന്നിരിക്കുന്നത്. ഇത് ഒരു പരിമിതിയായി തോന്നിപ്പിക്കുന്നതേ ഇല്ല. *ജാൻ എ മൻ* ബന്ധങ്ങളുടെ പരിപാലനവും ഊഷ്മളതയും എത്രയും ആവശ്യകരമാണ് എന്നത് വെളിവാക്കുന്ന പ്രമേയം ആധാരമാക്കിയിട്ടുള്ളതാണ്. നേരെ എതിരെയുള്ള രണ്ട് വീടുകളിൽ നടക്കുന്ന സംഭവങ്ങൾ മാത്രമായി ഇടങ്ങൾ ചുരുക്കപ്പെട്ടിരിക്കയാണ്. വളരെ ചെറുപ്പക്കാരായ ചിദംബരവും സഹോദരൻ ഗണപതിയുമാണ് ഈ സിനിമയുടെ ആവിഷ്കാരകർ. ഒറ്റപ്പെട്ട് പോയവരുടെയും മാനസികസംഘർഷകാരണങ്ങളാൽ വിഷാദരോഗത്തിലേക്ക് വഴുതിവീഴുന്നവരുടെയും ആനന്ദോല്ക്കർഷങ്ങൾക്ക് ബന്ധുക്കളും സുഹൃത്തുക്കളുമൊക്കെയായി കൂട്ടുചേരൽ എത്ര അത്യാവശ്യമായിരിക്കുന്നു മഹാമാരിയിൽനിന്ന് വിമുക്തി നേടിക്കൊ

ണ്ടിരിക്കുന്ന ഈ സമയത്ത് എന്നത് കൃത്യമായി രേഖപ്പെടുത്തുന്നു *ജാൻ എ മൻ. ഹോം* എന്ന സിനിമയും കുടുംബത്തിന്റെ ഇഴയടുപ്പം ആത്മന വീകരണത്തിനു തുണയേകുന്നത് ആധാരമാക്കുന്നുണ്ട്.. *സൂപ്പർ ശരണ്യ* യുടെ പ്രേക്ഷകപ്രീതിക്ക് പിന്നിലും ഇതേ തത്ത്വങ്ങൾ ഇഴപാകിയിട്ടുണ്ട്. കുറ്റം ചെയ്തവനാണെങ്കിലും കൊല്ലപ്പെട്ടവന്റെ ആത്മാവിനു നീതി കിട്ടട്ടെയെന്ന് ആശംസിക്കുന്ന രീതിയിൽ കഥാന്ത്യം വികസിപ്പിച്ചെടുത്ത *ദൃശ്യം 2* ഉം കോവിഡ് ബാധയിൽനിന്ന് വിമുക്തി നേടിക്കൊണ്ടിരിക്കുന്ന സമൂഹത്തിനു ആശ്വാസമരുളിയിട്ടുണ്ട്. *അജഗജാന്തരം* കോവിഡ് ആഘാതത്തിനു മുൻപേ നിർമ്മിച്ചതാണെങ്കിലും പരക്കെ കാണികൾ സ്വീകരിച്ചതാണ്. യുക്തിരഹിതമായ ഹിംസയും ക്രൗര്യവും നിറഞ്ഞ താണെങ്കിലും ആൾക്കൂട്ട-ഉത്സവ ദൃശ്യങ്ങൾ ചില ഗൃഹാതുരത്വ നിറവേറ്റലുകൾ സാധിച്ചെടുത്തതാവണം ഈ പ്രീതിയുടെ പിന്നിൽ.

ഭീഷ്മപർവ്വവും ആറാട്ടും-നിരാകരിക്കപ്പെടുന്ന സ്റ്റാർഡം

സൂപ്പർ സ്റ്റാറുകൾ എന്ന സങ്കല്പം കാലഹരണപ്പെട്ടുതുടങ്ങി എന്ന് മനസ്സിലാക്കി അത് പുനഃസ്ഥാപിക്കാൻ സാദ്ധ്യമല്ലെന്ന് മനസ്സിലാക്കി പഴയ സംവിധായകർ തങ്ങളുടെ ദീനത ഒരു ഓർമ്മപ്പെടുത്തൽ പോലെ അവതരിപ്പിച്ചിരിക്കയാണ് ഈ രണ്ട് സിനിമകൾ വഴി. *ആറാട്ടിൽ* അത് വളരെ വ്യക്തമാണുതാനും. ഫാൻപറ്റങ്ങളെ മേച്ചുനടന്ന സ്റ്റാറുകൾ പുതിയ ആസ്വാദകജനത വന്നണഞ്ഞത് ഉള്ളിൽത്തട്ടി നിരാകരിക്കൽ (denial) എന്ന മാനസികാവസ്ഥയിൽ എത്തിയതിന്റെ ദൃഷ്ടാന്തമാണ് *ഭീഷ്മ പർവ്വവും ആറാട്ടും*. ബി ഉണ്ണികൃഷ്ണൻ മോഹൻലാലിനെക്കൊണ്ട് *ആറാട്ടിൽ* ചെയ്യിച്ചതൊക്കെ മൺമറഞ്ഞുപോയ മാനറിസത്തെ പിടിച്ചുനിർ ത്താൻ ദയനീയമായി ശ്രമിച്ചതിന്റെ ഉദാഹരണമാണ്. മുണ്ട് വീശി മാടി

ലവ് – രജിഷ വിജയൻ, ഷൈൻ ടോം ചാക്കോ

ക്കുത്തുന്നതും വാദ്യകോലാഹലത്തോടെ നടന്നടുക്കുന്നതും ഇനിയും ചിലരെ മോഹമുഗ്ദ്ധരാക്കും എന്ന് വിചാരിച്ചിരിക്കുന്നു പാവം സംവിധായകൻ. അമൽ നീരദ് ഒരേ റൂട്ടിലോടുന്ന ബസ് ആയിത്തീർന്നിരിക്കുന്നു എന്ന് സ്വയം വിളംബരം ചെയ്യുകയാണ് മമ്മൂട്ടിയെക്കൊണ്ട് പണ്ട് ചെയ്യിച്ചതൊക്കെ വീണ്ടും വൃഥാ ആവർത്തിച്ചുകൊണ്ട്. *ഗോഡ്ഫാദർ* അതേ എഫക്റ്റോടെ റിമേക്ക് ചെയ്ത്, മമ്മൂട്ടി കാലിന്മേൽ കാൽ കയറ്റിവെച്ച് സ്റ്റൈലിൽ സിഗററ്റ് വലിച്ചാൽ ഇനിയും പ്രേക്ഷകർ അതിൽ വീണുപോകും എന്ന് വിശ്വസിച്ചുപോയ നിഷ്കളങ്കമനസ്കൻ ആയിരിക്കുന്നു അമൽ നീരദ്. ചെണ്ടകൊട്ടിയും പാലഭിഷേകം ചെയ്തും തിയേറ്റർ റിലീസ് ആഘോഷിക്കുന്ന ഭ്രാന്തൻ ഫാൻസിനെ അല്ല ഇവർ ടാർഗറ്റ് ചെയ്യേണ്ടത് എന്ന് മറന്നു പോയോ എന്തോ ഇവർ. മമ്മൂട്ടിയോടൊപ്പം കൊച്ചു പയ്യനായി അഭിനയിച്ചിട്ടുള്ള ഗണപതി ഇന്ന് ഏറ്റവും മികച്ച സ്ക്രിപ്റ്റുമെഴുതി പ്രേക്ഷകരെ കൈയിലെടുത്ത കാലമാണിത് (*ജാൻ എ മൻ*). കോവിഡാനന്തര സിനിമ എന്താണെന്ന് ഈ സംവിധായകർ മനസ്സിലാക്കി വരുന്നതേ ഉള്ളു എന്ന് വിചാരിക്കേണ്ടിയിരിക്കുന്നു.

പുതിയ ക്രമീകരണങ്ങൾ

പാൻഡെമിക്കിന്റെ വെല്ലുവിളികളെ അതിജീവിക്കാൻ ചില പ്രത്യേക ക്രമാന്തരണങ്ങൾ ഉപയുക്തമാക്കി എന്നത് ശ്രദ്ധാർഹമാണ്. ഇടങ്ങളെ ചുരുക്കിയെടുക്കുക എന്നതാണ് പ്രാമുഖ്യമേറിയത്. ആഖ്യാനത്തിന്റെ വേഗത വർദ്ധിപ്പിച്ചും സംഘർഷാത്മകതയ്ക്ക് ഊന്നൽ നല്കുകയും ചെയ്താണ് ഈ പരിമിതിയെ മറികടക്കാൻ നിയുക്തമാക്കിയ ഒരു ആവിഷ്കാരതന്ത്രം. ഊഷ്മളബന്ധങ്ങൾ പുനഃസ്ഥാപിക്കുന്ന രീതിയിൽ കഥ വികസിപ്പിക്കുക, കുടുംബത്തിന്റെ സ്നേഹച്ചങ്ങലകൾ ദൃഢമാക്കുന്ന രീതിയിൽ രംഗങ്ങൾ ഒരുക്കുക ഇവയൊക്കെ മരണഭീതിയിലോ ദുരിതസങ്കടങ്ങളിലോ ആഴ്ന്നു പോയവർക്ക് ആശ്വാസമരുളും എന്ന് പെട്ടെന്ന് തന്നെയാണ് സിനിമക്കാർ മനസ്സിലാക്കിയെടുത്തത്. ശുഭോദർക്കരീതിയിൽ സിനിമ അവസാനിപ്പിച്ച് പ്രേക്ഷകർക്ക് സന്തോഷം പകരുക എന്നത് ഒരു പ്രധാനോദ്ദേശം തന്നെ ആയിരുന്നിരിക്കണം. ചെറുതല്ലാത്ത രീതിയിൽ പ്രാണോത്സാഹപ്രദാനം ചെയ്തിട്ടുണ്ടാവണം, പുനർധൈര്യം മനസ്സിൽ നിറച്ചിട്ടുണ്ടാവണം.

കെ എസ് സേതുമാധവൻ എന്ന തന്റേടി

മലയാളസിനിമയുടെ ദൃശ്യവ്യവസ്ഥകൾ മാറ്റിമറിച്ച സംവിധായകൻ എന്ന നിലയിലായിരിക്കും സേതുമാധവൻ ഓർമ്മിക്കപ്പെടുക. സാഹിത്യകൃതികളെ ഏറ്റവും കൂടുതലായി സിനിമയാക്കിയ സംവിധായകൻ എന്ന പട്ടം രണ്ടാമതായേ വരൂ. പരിചിതമായ നോവലോ കഥയോ സിനിമയിലേക്ക് പറിച്ചുനടുക എന്നത് എളുപ്പമല്ല. അതിനു ദൃഢവും വ്യക്തവുമായ കാഴ്ച സമ്മാനിക്കുന്നതിലാണ് സേതുമാധവന്റെ സിനിമകളുടെ ആകർഷണീയതയുടെ ഉത്സുകകേന്ദ്രം സ്ഥിതിചെയ്യുന്നത്.

സിനിമാസംവിധാനത്തിൽ പുതുമകളുമായി അദ്ദേഹം കടന്നുവന്നപ്പോൾ ആശ്ചര്യജനകമായത് അതിലെ ജനസമ്മതിയുടെ ഉൾക്കാമ്പ് ഇന്ത്യൻ സിനിമകളുടെ ചില പതിവുകൾ തെറ്റിച്ചു എന്നതു തന്നെയാണ്. ക്ലാസിക്ക് രീതിയിൽ സിനിമ നിർമ്മിച്ചെടുക്കാൻ ഹോളിവുഡ് സംവിധായകരെ അദ്ദേഹം പിന്തുടർന്നുവെന്ന് കരുതുന്നതിൽ തെറ്റില്ല. ഡേവിഡ് ലീനിന്റെ സിനിമകളെ ആണ് സേതുമാധവൻ സിനിമകൾ ഓർമ്മിപ്പിക്കാറ്. കഥാപാത്രങ്ങളുടെ ഇടം നിശ്ചിതപ്പെടുത്തലിൽ (placement) പ്രത്യേകിച്ചും. കഥ പറഞ്ഞുപോകുന്നതിലെ ഉദ്വേഗം ഒട്ടും ചോരാതെ എന്നാൽ അയത്നലളിതമായി പ്രേക്ഷകനെ ഒട്ടും വിഷമിക്കാതെ അദ്ദേഹം സിനിമകൾ തീർത്തെടുത്തു. ഒരു finished product നെക്കുറിച്ച് കൃത്യമായ മുൻകൂർ ധാരണ ഉണ്ടെങ്കിലേ ഇത് സാധിച്ചെടുക്കാൻ സാദ്ധ്യമാകൂ. ഒരു സംവിധായകന് അത്യാവശ്യം വേണ്ട ഈ ഗുണവും കഴിവുമാണ്, പലർക്കും ഇല്ലാതെ പോകുന്നത്. ഈ ഇന്ദ്രജാലം പണ്ടേ പിടികിട്ടിയിരുന്നു സേതുമാധവനു. അതുകൊണ്ടാണ് ചെറുതും ലഘുവും ലളിതവുമായ കഥാതന്തു ആധാരമാക്കി ഒരു മുഴുനീള സിനിമ എന്ന് തോന്നിപ്പിക്കുന്ന വിധം വിഷയത്തെ പ്രേക്ഷകസമക്ഷം അവതരിപ്പിക്കാൻ

കെ എസ് സേതുമാധവൻ

അദ്ദേഹത്തിനു സാദ്ധ്യമായത്. *ഓപ്പോൾ* ഉദാഹരണം. ഒരു നോവൽ എന്ന് പ്രസിദ്ധിയാർജ്ജിച്ചിരുന്നെങ്കിലും സങ്കീർണ്ണമായ കഥാഘട്ടങ്ങൾ ഇല്ലാത്ത *ഓടയിൽ നിന്ന്* ഒരു പരിപൂർണ്ണ സിനിമാ അനുഭവം കാഴ്ച വയ്ക്കുന്നു എന്ന് തോന്നിപ്പിക്കുന്ന തരത്തിൽ മാറ്റിയെടുത്തതും ഈ നിർണ്ണായകമായ കഴിവിന്റെ നിദർശനം ആയിരുന്നു.

ഈ ധിഷണ ഗംഭീരമായി ഉൾച്ചേർക്കപ്പെട്ടവയാണ് സേതുമാധവന്റെ പലേ പ്രസിദ്ധ സിനിമകളും. കൃത്യമായ ഒരു ഘടനയും രംഗങ്ങളുടെ അനുസ്യൂതതയെക്കുറിച്ചുള്ള വ്യക്തതയും മനസ്സിലുറപ്പിച്ചിട്ടായിരിക്കണം അദ്ദേഹം സിനിമയെ സമീപിച്ചിരുന്നത് എന്നത് വെളിവാക്കുന്നതാണ് അദ്ദേഹത്തിന്റെ സമൃദ്ധവും ബഹുലവുമായ സിനിമാനിഷ്പാദനങ്ങൾ. ഒരു വർഷം ആറു സിനിമകൾ സംവിധാനം ചെയ്ത് അവ പലതും കലാമൂല്യമിയന്നതും അവിസ്മരണീയങ്ങളുമാക്കണമെങ്കിൽ അപാരചാതുര്യം വേണ്ടിയിരിക്കുന്നു. 1970 ലും 1971 ലും ഇത് സംഭവിച്ചിട്ടുണ്ട്, ആറു സിനിമകൾ വീതം. 1970 ൽ ത്തന്നെ നിർവ്വഹിക്കപ്പെട്ടവയാണ് *അരനാഴിക നേരവും* *വാഴ്‌വേമായവും*. 1971 ൽ *അനുഭവങ്ങൾ പാളിച്ചകൾ*, *ഒരു പെണ്ണിന്റെ കഥ*, *കരകാണാക്കടൽ* എന്നീ മൂന്ന് സിനിമകൾ വലിയ സംഘാതത്തോടെ പ്രേക്ഷകർക്കിടയിൽവന്ന് ഭവിച്ചവയാണ്. സിനിമകളുടെ എണ്ണം കൂട്ടുക എന്ന വെല്ലുവിളി ഏറ്റെടുക്കാൻ ഒരു വർഷം ആറെണ്ണം വീതം സംവിധാനം ചെയ്തതല്ല എന്നതിനു തെളിവ്. തികച്ചും ഏകാഗ്രതയുടെ വെളിപാട് തന്നെ.

നാടകീയതയിൽനിന്ന് സിനിമാറ്റിക് ഭാഷയിലേക്ക്

തമിഴ് സിനിമയുമായി മത്സരിക്കേണ്ടി വരുമ്പോൾത്തന്നെ മലയാള സിനിമ അതിലെ സാഹിത്യമൂല്യപശ്ചാത്തലം വിടാതെ സൂക്ഷിച്ചിരുന്നു. 1950 കളിൽത്തന്നെ ഈ പതിവ് ഏറ്റെടുത്തിരുന്നു നമ്മുടെ സിനിമകൾ. എന്നാലും നാടകത്തിന്റെ അംശങ്ങൾ ചേർത്താണ് സിനിമയുടെ ദൃശ്യ വ്യവസ്ഥകൾ നിർമ്മിച്ചെടുത്തുകൊണ്ടിരുന്നത്. ഹോളിവുഡ് സിനിമകളുടെ സ്വാധീനമായിരിക്കണം സേതുമാധവനെ ദൃശ്യപരതയുടെ പുതുവെളിപാടുകൾ പഠിപ്പിച്ചെടുത്തത്. തോപ്പിൽ ഭാസി സിനിമകൾ സംവിധാനം ചെയ്തു തുടങ്ങിയപ്പോൾ അദ്ദേഹത്തിന്റെ നാടകസംവിധാനപരിചയം സിനിമയിൽ പ്രകടമായിരുന്നത് ഒരു പിൻ നടത്തം തന്നെ ആയിരുന്നു. പലപ്പോഴും ഒരു സ്റ്റേജിൽ അരങ്ങേറുന്ന രംഗങ്ങളായിരുന്നു അദ്ദേഹത്തിന്റെ സിനിമകളിൽ. എന്നാൽ ഇതേ തോപ്പിൽ ഭാസി സേതുമാധവന്റെ മിക്ക സിനിമകൾക്കും തിരക്കഥയും സംഭാഷണവും എഴുതിയെങ്കിലും സേതുമാധവൻ സിനിമയുടെ ദൃശ്യവ്യവസ്ഥാസമ്പ്രദായം ദൃഢമായി ഉൾക്കൊണ്ടാണ് ആവിഷ്കാരങ്ങൾ ഉണർത്തിയെടുത്തത്. *അശ്വമേധ*വും *ശരശയ്യ*യും നാടകീയതയുടെ അതിപ്രസരമാർന്നതാണ്, തോപ്പിൽ ഭാസിയുടെ സംവിധാനത്തിൽ, എന്നാൽ ഭാസിയുടെ തന്നെ നാടകം *കൂട്ടുകുടുംബം* സേതുമാധവൻ സിനിമയാക്കിയപ്പോൾ തികച്ചും 'സിനിമാറ്റിക്' ആയി അതിനെ മാറ്റിയെടുത്തു. കഥപറഞ്ഞെടുക്കാൻ ആവശ്യമായ സംഭാഷണങ്ങൾ ഭാസിയെക്കൊണ്ട് എഴുതിച്ച് അവ ഒരു ദൃശ്യവ്യവസ്ഥ നിർമ്മിച്ചെടുക്കാൻ മാത്രം ആധാരമാക്കുകയായിരുന്നു സേതുമാധവൻ. *കടൽപ്പാലം* കെ ടി മുഹമ്മദിന്റെ പ്രസിദ്ധ നാടകം ആയിരുന്നത് മുഹമ്മദിനെക്കൊണ്ട് തന്നെ തിരക്കഥ എഴുതിച്ച് അതിനാടകീയമായ സന്ദർഭങ്ങളെ സിനിമാറ്റിക് ദൃശ്യങ്ങളായി മാറ്റിയെടുത്തത് സേതുമാധവനു മാത്രം സാധിക്കുന്ന സാമർത്ഥ്യമായിരുന്നു. നാടകമെഴുത്തുകാരെ മാത്രം തിരക്കഥാകൃത്തുക്കളായി ലഭിച്ചിരുന്ന അക്കാലത്ത് ഇത് എളുപ്പമുള്ള പണിയായിരുന്നില്ല. എസ് എൽ പുരം സദാനന്ദൻ നാടകക്കാരൻ ആയിരുന്നെങ്കിലും സിനിമാരംഗങ്ങൾ ഒരുക്കിയെടുക്കുന്നതിൽ ധാരണയുള്ള പ്രതിഭ ആയിരുന്നു. എം ടി വാസുദേവൻ നായരുടെ കഥ ആണെങ്കിൽ അദ്ദേഹം തന്നെ തിരക്കഥയും സംഭാഷണവും എഴുതട്ടെ എന്നതായിരുന്നു സേതുമാധവന്റെ തീരുമാനം. (*കന്യാകുമാരി, ഓപ്പോൾ, വേനൽക്കിനാവുകൾ*). ചില സിനിമകൾക്ക് സേതുമാധവൻ തന്നെ തിരക്കഥ ചമച്ചിട്ടുണ്ട്. ആധുനികർ എന്ന് വിളിക്കാവുന്ന ജോൺ പോളുമൊക്കെ പിന്നീട് സഹായത്തിനെത്തിയെങ്കിലും (*ആരോരുമറിയാതെ, അറിയാത്ത വീഥികൾ*–1984 ൽ) ആ സമയമായപ്പോഴേക്കും സേതുമാധവൻ സ്വന്തം ശൈലിയിൽ അനായാസനിർവ്വഹണരീതിയിൽ എത്തപ്പെട്ട് കഴിഞ്ഞിരുന്നതിനാൽ വലിയ മാറ്റങ്ങൾ കഥാകഥനരീതിയിൽ ചെലുത്തപ്പെട്ടില്ല. ക്യാമറക്കണ്ണിന്റെ കാഴ്ചയാണ് സിനിമ എന്നും

അതാണ് പ്രേക്ഷകരുടെ കണ്ണിൽ എത്തപ്പെടുന്നതെന്നും പണ്ടേ അറിഞ്ഞിരുന്നു ഈ സംവിധാനാചാര്യൻ. ഒരു വൻനിര അതിപ്രഗത്ഭരായ ഛായാഗ്രാഹകരെ ഇതിനുവേണ്ടി നിബന്ധിക്കുക എന്നത് ഈ മാറ്റത്തിനുവേണ്ടി എടുത്ത തീരുമാനങ്ങളിൽ ഒന്നായിരുന്നു. മെല്ലി ഇറാനിയും രാമചന്ദ്രബാബുവും മധു അമ്പാട്ടും ബാലു മഹേന്ദ്രയും സേതുമാധവന്റെ ഈ ഉൾക്കാഴ്ചയെ പ്രേക്ഷകർക്കുവേണ്ടി ഒരുക്കിയെടുത്തു, അല്ലെങ്കിൽ സേതുമാധവൻ അവരെ ഇതിനുവേണ്ടി മെരുക്കിയെടുത്തു. കൈയിൽക്കിട്ടിയ തിരക്കഥയും സംഭാഷണവും എത്ര, എങ്ങനെ മാറ്റിയെടുത്താൽ തന്റേതായ രീതിയിൽ അവതരിപ്പിക്കാം എന്ന ചിന്തയ്ക്കു ചേരുന്ന ദുഷ്കരകൃത്യത്തിനു ഈ പ്രഗത്ഭ ഛായാഗ്രാഹകരേയും വിനിയോഗിക്കുകയായിരുന്നു എന്നു വേണം കരുതാൻ. കൂടുതൽ പഠനം ആവശ്യമായ ഒരു ചരിത്ര സംഗതിയാണിത്.

പുസ്തകത്താളിൽനിന്ന് വെള്ളിത്തിരയിലേക്ക്

ഒരു ചെറുകഥയിലോ നോവലിലോ സിനിമയുടെ സാദ്ധ്യതകൾ ദർശിക്കുക എന്നതുമാത്രം അല്ലാതെ സാഹിത്യമൂല്യം ചോരാതെ അതിനെ ദൃശ്യപ്പെടുത്താവുന്നതാണെന്നുമുള്ള തോന്നൽ ഒരു ഉൾവിളി പോലെ വന്ന് സമ്മർദ്ദം ചെലുത്തിയിരിക്കണം സേതുമാധവനിൽ. നിലവിലുള്ള സിനിമാറ്റിക് ഘടകങ്ങൾ ഒന്നുമില്ലാത്ത സാഹിത്യ സൃഷ്ടികൾ അനായാസമായാണ് അദ്ദേഹം പുതു മീഡിയത്തിലേക്ക് പറിച്ച് നട്ടത്. *അരനാഴിക നേരം* സേതുമാധവൻ ഇത്തരം കൂട് വിട്ട് കൂട് മാറലിൽ വിജയിച്ച ഒരു സിനിമയാണ്. ഒരു പടുകിളവന്റെ മരിക്കുന്നതിനു തൊട്ട് മുമ്പുള്ള തോന്നലുകൾ ഇന്ത്യൻ സിനിമയ്ക്ക് പറ്റിയ കഥാതന്തുവല്ല. പാറപ്പുറത്തിന്റെ പ്രസിദ്ധ നോവൽ ഒരു സാധാരണ ക്രിസ്ത്യൻ

സത്യൻ – കടൽപ്പാലം

സത്യൻ – അനുഭവങ്ങൾ പാളിച്ചകൾ

കുടുംബത്തിലെ അംഗങ്ങളുടെ ജീവിതാനുഭവങ്ങളുടെ മിഴിവാർന്ന ആഖ്യാനമായിരുന്നു. കുഞ്ഞേനാച്ചൻ എന്ന പാട്രിയാർക്കിന്റെ അവസാനനിമിഷങ്ങളുമായി ബന്ധപ്പെടുത്തി നോവൽ പുരോഗമിക്കുന്നു. എന്നാൽ സേതുമാധവൻ ഈ തന്തുവിനെ സംഘട്ടനാത്മകവും മാനസികവിസ്ഫോടനസാദ്ധ്യതയിയന്നതും ദാർശനികപരവുമായി ചിത്രീകരിക്കുകയായിരുന്നു. കൊട്ടാരക്കര ശ്രീധരൻ നായർ കുഞ്ഞേനാച്ചൻ ആയി നിശ്ചയിക്കപ്പെട്ടത് മലയാള സിനിമയിലെ ഉജ്ജ്വലോചിതമായ കാസ്റ്റിങ് തീരുമാനമായി മാറി. കറുപ്പ് തിന്ന് മയങ്ങുന്ന, മരണത്തോടടുക്കുന്ന ഒരു വൃദ്ധൻ ഉടനീളം പ്രത്യക്ഷപ്പെടുന്ന ഒരു സിനിമ ഇന്ത്യൻ പരിപ്രേക്ഷ്യത്തിൽ ജനസമ്മതി നേടാൻ ഉതകുന്നതല്ല എന്ന ചിന്താഗതിയെ ധൈര്യപൂർവ്വം വെട്ടിക്കീറുകയായിരുന്നു സേതുമാധവൻ. അദ്ദേഹത്തിന്റെ പതിവ് നിർബ്ബന്ധങ്ങളിലൊന്നായ വൻനിര താരങ്ങളെ അണിനിരത്തൽ (സത്യൻ, രാഗിണി, പ്രേംനസീർ, ഷീല, അംബിക, കെ പി ഉമ്മർ) ഇതിലുമുണ്ടായിരുന്നെങ്കിലും അവരെ എല്ലാം ഒതുക്കിയെടുത്ത് കഥാപാത്രങ്ങൾ മാത്രമായി നിലനിർത്തുകയാണുണ്ടായത്. ചില പാട്ടുസീനുകൾ മാറ്റിയെടുത്താൽ ലോക സിനിമയിൽ വിശിഷ്ടമായ ഇടം കൈവരിക്കാൻ പ്രാപ്തമായ കലാമൂല്യം പേറുന്ന സിനിമതന്നെ *അരനാഴിക നേരം.* ഈ ഒരൊറ്റ സിനിമകൊണ്ട് തന്റെ അനിഷേദ്ധ്യത ഉറപ്പിച്ചെടുത്തു സേതുമാധവൻ. നമ്മുടെ സാഹിത്യകൃതികൾ അതിസാധാരണക്കാരുടെ കഥകളാണ് പറഞ്ഞെടുക്കാറ് എന്നുള്ളപ്പോൾ ഗ്ലാമർ താരങ്ങളെ ഉൾപ്പെടുത്തി അത് സിനിമയാക്കുന്നത് ക്ലിഷ്ടമാണ്. *അനുഭവങ്ങൾ പാളിച്ചകൾ* വെള്ളിത്തിരയിൽ പറിച്ചു നടപ്പെട്ടപ്പോൾ പ്രേംനസീർ, ഷീല ഉൾപ്പെടെ താരങ്ങളെ വലിച്ചു താഴെയിറക്കി സേതുമാ

ധവൻ. തകഴിയുടെ കഥയും തോപ്പിൽ ഭാസിയുടെ തിരക്കഥ-സംഭാഷണവും ആണെങ്കിലും നൂറു ശതമാനം അതൊരു സേതുമാധവൻ പ്രോഡക്റ്റ് ആയാണ് അഭ്രപാളിയിൽ എത്തിയത്. സിനിമാറ്റിക് കാമ്പ് തീരെയില്ലാത്ത *ഓടയിൽ നിന്ന്* കേശവദേവ് ചൂഷിതരുടെ ദൈന്യത വെളിവാക്കാൻ എഴുതിയ കഥയാണ്, നായകൻ മാത്രം ഉണ്ട്. സിനിമയ്ക്ക് പറ്റിയ മറ്റ് കഥാപാത്രങ്ങൾ ഇല്ല. പക്ഷേ, സേതുമാധവൻ അതിനു മനുഷ്യബന്ധങ്ങളുടെ ഊഷ്മളതയും ബന്ധവിച്ഛേദങ്ങളുടെ ദൈന്യതയും ഒക്കെച്ചേർത്ത് മറ്റൊരു മാനം നല്കുകയായിരുന്നു. 'ഓപ്പോൾ' എന്ന ചെറുകഥ മാത്രം വായിച്ചവർ അതിൽ ഒരു സിനിമാസാദ്ധ്യത സ്വപ്നേപി ദർശിക്കുകയില്ല. പക്ഷേ, സേതുമാധവന്റെ വായന അങ്ങനെ ആയിരുന്നില്ല. പതിവുവിട്ട് വൻ താരങ്ങളെ ഉൾപ്പെടുത്താതെ, ബാലൻ കെ നായരെ നായകനാക്കി പ്രേക്ഷകരെ സംതൃപ്തിപ്പെടുത്താൻ അദ്ദേഹത്തിനു കഴിഞ്ഞു. കൂടുതൽ ക്ലിഷ്ടമായ ആഖ്യാനരീതിയും കഥാപാത്രമനോനിലകളും നിബന്ധിക്കാറുള്ള പത്മരാജൻ കഥകളേയും നിഷ്പ്രയാസം സേതുമാധവൻ തന്റെ പിടിയിൽ ഒതുക്കിയിട്ടുണ്ട്. 'നക്ഷത്രങ്ങളേ കാവൽ' വിജയിപ്പിക്കാൻ ഈ സംവിധായകൻ തന്നെ വേണം എന്ന് പ്രേക്ഷകരെക്കൊണ്ട് സമ്മതിപ്പിച്ചു അദ്ദേഹം. *പണിതീരാത്ത വീട്* ഇത്രമാത്രം ഹൃദയസ്പർശി ആയ സിനിമയായി മാറുമെന്ന് അത് എഴുതിയ പാറപ്പുറത്ത് വിശ്വസിച്ചു കാണുകയില്ല. *വാഴ്‌വേമായം* എഴുതിയ അയ്യനേത്തും. കഥ ആരുടേതായാലും മുട്ടത്ത് വർക്കിയുടെയോ പത്മരാജന്റേയോ എം ടി വാസുദേവൻ നായരുടെതോ-സേതുമാധവൻ അതിൽ നിന്ന് ഒരു വിജയസിനിമയുടെ ഘടകങ്ങൾ കലാമൂല്യം വിഘടിച്ചു പോകാതെ പെറുക്കിയെടുക്കും.

പതിവു രീതികൾ തെറ്റിച്ചുകൊണ്ടാണ് അദ്ദേഹത്തിന്റെ അവതരണങ്ങൾ. വൻ താരമൂല്യമുള്ള സത്യൻ കഥാപാത്രം മരിച്ചു കിടക്കുന്ന രംഗത്തോടെയാണ് *വാഴ്‌വേമായം* തുടങ്ങുന്നത്. *അനുഭവങ്ങൾ പാളിച്ചകളിൽ* സത്യൻ കഥാപാത്രം തൂക്കിക്കൊല്ലപ്പെടുകയാണ്. *ഓടയിൽ നിന്നി*ലെ സത്യൻ കഥാപാത്രം ഒറ്റപ്പെട്ട് മരണത്തിലേക്ക് നടന്നു നീങ്ങുന്ന രംഗമാണ് അവസാനം. മോഹൻലാൽ കഥാപാത്രം പരാജയപ്പെടുന്ന സിനിമകൾ (*പാദമുദ്ര, പവിത്രം*) പില്ക്കാലത്ത് ഫാൻസ് പോലും നിരാകരിച്ച ചരിത്രമാണ് ഇവിടെയുള്ളത് എന്ന് ഓർക്കുക. *ഒരു പെണ്ണിന്റെ കഥ*യിലും അവസാനം നായികയോട് തോറ്റു പോകുന്ന കഥാപാത്രമാണ് നായകന്. യക്ഷിയിലാകട്ടെ നായികയെ കൊല്ലുന്നവനും. ആധുനികത പണ്ടേ ഇവിടെ നട്ടു എന്ന ചരിത്ര നിയോഗവും പേറുന്നുണ്ട് ഈ പ്രതിഭ. *ദാഹം* എന്ന സിനിമ ഉദാഹരണം. ഒരു ആശുപത്രിയിലെ മുറിയിൽ മാത്രം കഥ ഒതുക്കിയിരിക്കുകയാണ്. സത്യൻ, കവിയൂർ പൊന്നമ്മ, ഒരു കുട്ടി ഇത്രയും മാത്രം. താരങ്ങളെ അവഗണിച്ച് ചെറുപ്പക്കാരെ മാത്രം ഉൾക്കൊള്ളിച്ച് സിനിമ വിജയിപ്പി

ക്കാനുള്ള തന്റേടം *വേനൽക്കിനാവുകളിൽ* വ്യക്തമാണ്. കമലാഹാസൻ എന്ന ഒരു പുതിയ പയ്യനേയും ഒരു ബംഗാളിപ്പെൺകുട്ടിയേയും പ്രധാന അഭിനേതാക്കളാക്കി *കന്യാകുമാരി* വിജയിപ്പിച്ചെടുത്ത തന്ത്രവും ഇദ്ദേഹത്തിനു വശമാണ്. ഒരു കുട്ടിയെ കേന്ദ്രീകരിച്ച് ചുറ്റിത്തിരിയുന്ന സിനിമ- സത്യനും അംബികയും ഉണ്ടെങ്കിൽപ്പോലും- വിദഗ്ദ്ധമായി വിജയിപ്പിച്ചെടുക്കാമെന്ന് രണ്ടാമത്തെ സിനിമയായ *കണ്ണും കരളും* കൊണ്ട് തന്നെ അദ്ദേഹം തെളിയിച്ചെടുത്തിരുന്നു. ഇതേ കഥ (ഒരു പാശ്ചാത്യ സിനിമയിലേതാണ്) മെലോഡ്രാമ കുത്തിനിറച്ച് വിലക്ഷണമാക്കിയത് നമ്മൾ *എന്റെ വീട് അപ്പൂന്റേ*മിൽ കണ്ടതാണ്. ഇവിടെയാണ് സേതുമാധവൻ വ്യതിരിക്തനായി തലയുയർത്തി നില്ക്കുന്നത്.

തിരക്കഥയെ മറി കടന്ന് കഥാപാത്രങ്ങളുടെ അവതരണം പ്രത്യേക തരത്തിൽ ആവിഷ്കരിക്കാൻ നിഷ്ണാതനായിരുന്നു സേതുമാധവൻ. സാഹിത്യകൃതികളിൽനിന്ന് കഥ മാത്രമേ അദ്ദേഹം സ്വീകരിച്ചിരുന്നുള്ളു. കഥാപാത്രങ്ങളെല്ലാം അദ്ദേഹത്തിന്റെ സൃഷ്ടിയാണ്. എന്നാൽ വായനയിൽക്കൂടെ കയറിപ്പറ്റിയ കഥാപാത്രങ്ങൾ അത്രയേറെ മിഴിവുറ്റവരായി പ്രത്യക്ഷപ്പെട്ടതിനാൽ ഈ തിരിമറിവ് പ്രേക്ഷകനു അനുഭവപ്പെട്ടതേ ഇല്ല. പല സിനിമകളിലും സത്യൻ ഇപ്രകാരം കഥാപാത്രത്തിൽനിന്നും വളരെ ഉയരത്തിൽ ഒരു നില സ്ഥാപിച്ചെടുത്തു. സിനിമ എന്നത് ഒരു കഥ ആവേശപൂർവ്വം പറഞ്ഞു സമർത്ഥിക്കുക മാത്രമല്ല, ദൃശ്യങ്ങളുടെ സമതുലനങ്ങളെ അട്ടിമറിച്ചുകൊണ്ടായിരിക്കണം അത് സാധിച്ചെടുക്കേണ്ടത് എന്ന് വിശ്വസിച്ചിരുന്നു അദ്ദേഹം. *പണിതീരാത്ത വീട്* പേരു സൂചിപ്പിക്കന്നതുപോലെ ശുഭോദർക്കമല്ലാത്ത, ദുരന്തങ്ങളിലേക്ക് പതിക്കുന്ന കഥാന്ത്യത്തോടു കൂടിയതാണ്, പക്ഷേ, സിനിമ തുടങ്ങുന്നത് ഒരു ഐറണി പോലെ "സുപ്രഭാതം.....നീലഗിരിയുടെ സഖികളേ..." എന്ന ഗാനത്തോടെ സുന്ദരദൃശ്യങ്ങൾ പ്രകാശിപ്പിച്ചുകൊണ്ടാണ്. മലയാളസിനിമാപ്പാട്ടുകളിലെ അതീവ രുചിയേറുന്ന മിക്ക പാട്ടുകളും സേതുമാധവന്റെ സിനിമകളിൽനിന്ന് ഉറവയെടുത്തത് വെറും യാദൃച്ഛികമാണെന്ന് അദ്ദേഹംതന്നെ പ്രഖ്യാപിച്ചിട്ടുണ്ടെങ്കിലും അതിന്റെ പിറകിൽ ഒരു മാജിക് ഉണ്ടെന്ന് കരുതേണ്ടിയിരിക്കുന്നു. എല്ലാ സഹകരണത്തോടും പിന്തുണയോടുംകൂടി മഞ്ഞിലാസ് ബാനർ കൂടെയുണ്ടായിരുന്നത് മലയാളസിനിമയുടെ സൗഭാഗ്യകാലത്തിനു അവസരമൊരുക്കി എന്നത് സത്യമാണ്.

സാധാരണ പ്രവണത (trend)കൾക്കോ ഗതാനുഗതികത്വത്തിനോ തെല്ലും വഴങ്ങിയില്ല അദ്ദേഹം. വൻ ദൃശ്യവിസ്മയങ്ങൾ (spectacles) നിർമ്മിച്ചെടുക്കാനും താല്പര്യമുണ്ടായിരുന്നില്ല.

സിനിമയ്ക്ക് പറ്റിയ കഥകൾ തേടിപ്പോകുന്നതിനു പകരം യാദൃച്ഛയാ കണ്ണിൽപ്പെടുന്ന കഥകളിൽ സിനിമാസാദ്ധ്യത ദർശിക്കുകയായിരുന്നു പതിവ്. പ്രസിദ്ധ നോവലിന്റേയോ ചെറുകഥയുടേയോ പ്രചാരണ സിദ്ധിയെ മറികടക്കുന്ന രീതിയിൽ സിനിമാ അവതരിപ്പിക്കാനുള്ള തന്റേടം

തന്നെ സേതുമാധവന്റെ വിജയരഹസ്യം. വളരെ ലളിതജീവിതം നയിക്കാനിഷ്ടപ്പെട്ട സൗമ്യന്റെ ഉൾക്കരുത്ത് അസാദ്ധ്യമായിരുന്നു എന്നത് തന്നെ കൗതുകകരം.

സേതുമാധവൻ സിനിമകളിലെ രാഷ്ട്രീയം, അതിലെ സാമൂഹ്യ മൂല്യാങ്കനങ്ങൾ, അവയിലെ സിനിമാറ്റിക് പശ്ചാത്തലങ്ങളും സംവേദനങ്ങളുമൊക്കെ ഇന്നും പഠിക്കപ്പെട്ടിട്ടില്ല. സൂപ്പർസ്റ്റാർ ആധിപത്യങ്ങളും തല്പരകക്ഷികളുടെ കടുംപിടുത്തങ്ങളും മലയാളസിനിമയുടെ ഈ കരുത്തേറിയ നിലപാടുതറയെ ഉഴുതുമറിച്ച് കളയുകയായിരുന്നു. സേതുമാധവൻ കാലഘട്ടം എന്ന് വിശേഷിപ്പിക്കാവുന്ന ഈ സവിശേഷതയോട് ചെയ്ത ഏറ്റവും മര്യാദകെട്ട പ്രവണത ആയിരുന്നു ഇത്. താരങ്ങളുടെ ഡേറ്റിനു വേണ്ടി ദയനീയമായി അവരുടെ വീട്ടുപടിക്കൽ കാത്തു കിടക്കുന്ന സംവിധായകരെ ആണ് നമ്മുടെ സിനിമാ ബോധം സൃഷ്ടിച്ചെടുത്തത്.

മമ്മൂട്ടി
നടനത്തിന്റെ ഉടൽരാഷ്ട്രീയം

ശരീരത്തിന്റെ അരക്ഷിതാവസ്ഥകളാണ് അതിന്റെ രാഷ്ട്രീയത്തെ ക്കുറിച്ച് നമുക്ക് ബോദ്ധ്യം നല്കുന്നത്. വേദന, അസുഖം, മരണം, മാനസികപ്രശ്നങ്ങൾ, മറ്റ് ആഘാതങ്ങൾ നായകന്റെയോ നായികയുടെയോ ജീവിതത്തെ ബാധിക്കുന്നത് സിനിമാപ്രമേയങ്ങളായി വിജയിക്കുന്നത് ഈ രാഷ്ട്രീയത അതിൽ ഉൾച്ചേർന്നതുകൊണ്ടാണ്. പ്രകൃതിയുടെ, വ്യക്തിയുടെ, ഭരണകൂടത്തിന്റെ ഇത്തരം ശരീര ഇടപെടലുകൾ വെള്ളി ത്തിരയിൽ ദൃശ്യപ്പെടുത്തുന്നത് നമുക്ക് തന്മയീഭവിച്ച് ഈ രാഷ്ട്രീയ പരതയെപ്പറ്റി വിചിന്തനംകൊണ്ട് തൃപ്തിയടയാനാണ്. സുന്ദരമായ ശരീരങ്ങൾക്കോ മനസ്സിനോ ശ്ലഥം സംഭവിക്കുന്നത് കൂടുതൽ ആഘാ തപരവുമാണ്. സിനിമയിൽ നായകന്റെയോ നായികയുടേയോ ശരീരം തീവ്രവും ചൂഴ്ന്നിറങ്ങുന്നതുമായ നോട്ടത്തിനു വിധേയമോ അർഹമോ ആകുന്നതാണ്. അവരുടെ സൗന്ദര്യം സിനിമയിൽ പ്രധാനവുമാണ്.

'മമ്മൂട്ടി സുന്ദരനല്ല' എന്ന് പണ്ട് സാഹിത്യവാരഫലത്തിൽ എം. കൃഷ്ണൻ നായർ എഴുതിയിട്ടുണ്ട്. 'മമ്മൂട്ടി എന്നോളം സുന്ദരനല്ല ' എന്ന് വൈക്കം മുഹമ്മദ് ബഷീറും. *മതിലുകളിൽ* ബഷീറിന്റെ വേഷം മമ്മൂട്ടി ചെയ്യുന്നു എന്ന വാർത്ത കേട്ട് തമാശിച്ചതാണ് ബഷീർ. ഈ പരാമർശ ങ്ങൾക്ക് പുറകിൽ അംഗീകാരം വാങ്ങിച്ചെടുക്കാൻ സൗന്ദര്യം തുണയായ നടനാണദ്ദേഹം എന്ന് പൊതുവിശ്വാസം നിലവിൽ ഉള്ളതു തന്നെയാണ്. എന്നാൽ ആകാരസൗഷ്ഠവം മാത്രം വിജയങ്ങൾ നേടിത്തരുന്ന ഒരു മേഖലയല്ല സിനിമയുടേത്. വികാരവിക്ഷോഭങ്ങൾ പ്രകടിപ്പിക്കുമ്പോൾ വികൃതമായിപ്പോകാത്ത ഒരു മുഖം വേണമെന്നേ ഉള്ളു. സിനിമയിലെ നായകനുമായി തന്മയീഭവിക്കുന്നത് ആ ദൃശ്യമാധ്യമത്തിന്റെ മാസ്മരി കതയിൽ പെടുന്നതാകക്കൊണ്ട് സുന്ദരനായ നായകൻ പ്രേക്ഷകന്റെ

അഹംഭാവത്തെ പ്രോജ്ജ്വലിപ്പിക്കും തീർച്ചയായിട്ടും. നായകന്റെ തോല്വിയിൽ കലാശിക്കുന്ന മമ്മൂട്ടി സിനിമകൾ പ്രേക്ഷകർ സഹൃദയം ഏറ്റുവാങ്ങിയത് അതിസുന്ദരനായ ഒരാൾക്ക് ജീവിതത്തിൽ വമ്പൻ പരാജയങ്ങൾ വന്ന് ഭവിക്കാമെങ്കിൽ നമ്മുടെ ദുരനുഭവങ്ങൾക്ക് അവയെല്ലാം സാധുത നല്കുന്നു എന്ന ആശ്വാസവിചാരമാണ്. അതുപോലെ ത്രസിപ്പിക്കുന്ന ദൃഢശരീര പൊലീസിന്റെ വിജയം ഉൾക്കൊണ്ട പ്രേക്ഷകർ നിശ്ചേഷ്ടമായ ആ ശരീരം ദൃശ്യപ്പെടുത്തിയുള്ള സിനിമാ തുടക്കത്തിൽ (*കരിയിലക്കാറ്റു പോലെ*) ഞെട്ടിത്തെറിക്കും. കടൽത്തീരത്ത് പുഴവരിക്കുന്ന, കൂണുകൾ മുളച്ചുപൊന്തുന്ന മൃതശരീരം ദൃശ്യപ്പെടുന്നത് ബീഭത്സമോ ഭയാനകമോ ആണ് (*കുട്ടിസ്രാങ്ക്*). അമ്മ കോരിത്തരുന്ന കഞ്ഞി വിഷമാണെന്നറിയാതെ സ്വീകരിച്ച് മരണത്തിലേക്ക് നീങ്ങുന്ന (*തനിയാവർത്തനം*), ക്യാൻസർ ബാധിച്ച് മൃതപ്രായനാകുന്ന (*സുകൃതം*) മദ്യപാനത്തിനടിമപ്പെട്ട് ചോര ചർദ്ദിക്കുന്ന, ആ മമ്മൂട്ടി ശരീരം അത്ര വിലപ്പെട്ടതാണ് എന്ന തോന്നൽ സിനിമയുടെ വിജയത്തിനും പ്രധാനമാണ്. അതിസമർത്ഥമായാണ് മമ്മൂട്ടി ഈ സത്യം തന്റെ വിജയത്തിനായി ഒരുക്കിയെടുത്തത്. മുഖകാന്തിയോ ആകാരസൗഷ്ഠവമോ തനിക്കും കഥാപാത്രത്തിനുമിടയിൽ ചോരണങ്ങൾ നടത്താതിരിക്കാൻ പലപ്പോഴും ശ്രദ്ധ വയ്ക്കുകയും ചെയ്തു. *പൊന്തൻ മാട*യോ *സൂര്യമാനസ*ത്തിലെ പുട്ടുറുമീസോ *മൃഗയ*യിലെ വാറുണ്ണിയോ ഭാസ്കര പട്ടേലരോ പ്രാഞ്ചിയേട്ടനോ മുഖസൗന്ദര്യംകൊണ്ട് ഫലിപ്പിച്ചെടുത്ത കഥാപാത്രങ്ങൾ അല്ലെന്നുള്ളത് സുവിദിതവുമാണ്.

സ്വന്തം ശരീരത്തെ ഇത്രമാത്രം ഒരുക്കി നിർത്തിയ മറ്റൊരു നടനുണ്ടോ എന്ന് സംശയം. ഒതുക്കിയും നിർത്തിയിട്ടുണ്ട് ആ ശരീരത്തെ. ക്യാമറയ്ക്ക് അനുരൂപപ്പെടുത്തിയെടുക്കുക–അഭിനയവും ശരീരവും– എന്നത് അത്ര എളുപ്പമായ കാര്യമല്ല. ക്യാമറയ്ക്ക് മുന്നിലെ പെരുമാറ്റം സ്ക്രീനിൽ എന്ത് പ്രതിഫലിപ്പിക്കും എന്നത് കൃത്യമായി തിരിച്ചറിയുക എന്നത് സിനിമാ അഭിനയത്തെ സംബന്ധിച്ചിടത്തോളം ഏറ്റവും വലിയ പാഠമാണ്. സംഭാഷണങ്ങൾ ഉരുവിടുന്നതിൽ ഭാവാത്മകത സന്നിവേശിക്കപ്പെട്ടതും ഇതുപോലെ തപസ്യാരീതിയിൽ അനുവർത്തിച്ച നിഷ്ഠകളുടെ പരിണതിയായിരിക്കണം. മുഖമാംസപേശികൾ എത്രമാത്രം, എങ്ങനെ ചലിപ്പിക്കണം പ്രേക്ഷകനെ തെര്യപ്പെടുത്താൻ എന്നത് സ്വയം പഠിപ്പിച്ചിരിക്കണം. അതുകൊണ്ടാണ് *കരിയിലക്കാറ്റുപോലെ*യിൽ സ്റ്റേജിൽ ഇരുന്ന് പണ്ട് പീഡിപ്പിച്ച സ്ത്രീയെ കാണുമ്പോഴുള്ള മനോവിഭ്രാന്തി തന്മയത്വമാർന്നത്, *തനിയാവർത്തന*ത്തിൽ സ്വന്തം അനുജത്തിയെ പെണ്ണു കാണാൻ വന്നവരോട് അയല്പക്കക്കാരനാണെന്ന് പറയുമ്പോഴുള്ള ദയനീയത ആന്തരസ്പർശിയായത്. അവനവനെ പഠിച്ചെടുക്കുക, അത് പ്രായോഗികമാക്കുക, ഇതൊക്കെ ആയിരിക്കണം മമ്മൂട്ടിയുടെ നീണ്ടകാല സ്വീകാര്യതയുടെ പിന്നിൽ. ഇങ്ങനെ ക്യാമറയ്ക്കും വെള്ളിത്തിരയിലെ പ്രതിച്ഛായയ്ക്കുംവേണ്ടി പാകപ്പെടുത്തിയ

മമ്മൂട്ടി, എം ആർ ഗോപകുമാർ – വിധേയൻ

മൃദുചടുലവും അനുകൂലനീയവും ശാഠ്യമില്ലാതെ മയപ്പെടുത്താവുന്ന തുമായ ശരീരം അതിന്റേതായ ഭാഷ നിർമ്മിച്ചെടുത്ത് കൂട് വിട്ട് കൂട് മാറുന്ന കളികളിൽ അയത്നലളിതമായി പങ്കെടുത്തു, അതിന്റെ പരിണി തപത്രമാണ് അൻപതുകൊല്ലത്തെ അനുസ്യൂതവിജയം. ഒരു കാലിന്റെ നീളക്കുറവ് പോലെയുള്ള ചില ശാരീരികവൈകല്യങ്ങൾ അതിസമർ ത്ഥമായാണ് ഒളിപ്പിക്കപ്പെട്ടത്. ആകാരസൗഷ്ഠവത്തിന്റെ ആകർഷ ണീയത ഇതോടൊപ്പം കാഴ്ചാശീലങ്ങളെ മെരുക്കി നിർത്തുകയും ചെയ്തു. Screen presence എന്നത് താനേ വന്ന് ഭവിച്ചതല്ല, നൈസർ ഗ്ഗികമായ ചാതുരിയും അനുഷ്ഠാനപരമെന്നപോലെയുള്ള പരിപാലനവും പിന്നിലുണ്ട്.

ശരീരം–പ്രദർശിതവും അപ്രദർശിതവും

ഇപ്രകാരം സൂക്ഷ്മമായും അവധാനതയോടുംകൂടി ക്യാമറയ്ക്ക് അനുരൂപപ്പെടുത്തിയ ശരീരം കൂടുതൽ വഴക്കിയെടുത്തതാണ് മമ്മൂട്ടി യുടെ കഥാപാത്രവൈപുല്യത്തിന്റെ സാദ്ധ്യതയിലേക്ക് വഴി തെളിച്ചത്. നീണ്ടുനിവർന്ന് വെറുതെ നിന്നാലും ആ ശരീരത്തിനു ഒരു ഭാഷയും നിശ്ചിത രാഷ്ട്രീയവും ഉണ്ടെന്ന് പ്രഖ്യാപിക്കുന്നതരത്തിലേക്ക് ആ ശരീരം ഇണക്കിയെടുക്കപ്പെട്ടു. പൊലീസ് വേഷം അദ്ദേഹത്തിന്റെയോ

പ്രേക്ഷകരുടെയോ ഇഷ്ടവേഷം എന്ന് വേർതിരിക്കാനാവാതെ സമ്മിളിതമായി. വാത്സല്യനിധിയായ വല്യേട്ടൻമ്മാരോ ദാമ്പത്യത്തിന്റെ നിഗൂഢതകളിൽ തോറ്റുപോകുന്ന ഭർത്താവോ പ്രേമനാടകങ്ങളിൽ ചതിക്കപ്പെട്ടുപോകുന്ന ചന്തുമാരോ കാമമോഹിതനായിച്ചമയുന്ന യൗവന യുക്തനോ ആർക്കുവേണ്ടിയും ആ ശരീരം വിട്ടുകൊടുക്കപ്പെട്ടു. അതേ സമയം സൂക്ഷ്മതയോടെ ആ ശരീരത്തിൽ കാലത്തിന്റെ അടയാളങ്ങൾ പതിയാതിരിക്കാൻ വ്യക്തിപരമായി കഠിനപ്രയത്നവും ഉൾച്ചേർത്തു. അതുകൊണ്ടാണ് സ്വന്തം ശരീരഭാഷ വിവിധ കഥാപാത്രങ്ങളുടേതായി എളുപ്പം മാറ്റിയെടുക്കാൻ സാധിച്ചത്. പുരുഷശരീരത്തെ പ്രതിനിധീ കരിക്കാനും അതിന്റെ രാഷ്ട്രീയത്തെ സമർത്ഥമായി ഉപയോഗപ്പെ ടുത്താനും മമ്മൂട്ടിക്ക് ഇപ്രകാരം സാദ്ധ്യമായി.

ആദ്യസിനിമകളിലെ പ്രേമനായകവേഷങ്ങൾ, *തൃഷ്ണ*യിലെ പ്പോലെ, സാധാരണ ഇന്ത്യൻ സിനിമാനായകരുടെ ഗതാനുഗതി കത്വാഭിനയശീലങ്ങളിൽ വാർത്തെടുക്കപ്പെട്ടെങ്കിൽ ഉദാരമായ രീതി കളിൽ പിന്നീട് സ്വശരീരത്തെ വിട്ടുകൊടുക്കുന്ന പ്രകൃതിയിലേക്ക് മാറ്റിയെടുത്തു, മമ്മൂട്ടി. 1985 ൽ പാടേ തല മൊട്ടയടിച്ച നായകനായി സ്വയം പ്രത്യക്ഷപ്പെടുത്തി *നിറക്കൂട്ടി*നുവേണ്ടിയും *യാത്രയ്*ക്കു വേണ്ടിയും. സുന്ദരമായ പ്രത്യക്ഷശരീരത്തിന്റെ അപനിർമ്മാണത്തിന്റെ ഉദാഹരണംപോലെ. *നിറക്കൂട്ടിൽ* മേൽവസ്ത്രമില്ലാതെ, കട്ടിലിൽ കെട്ടിയിടപ്പെട്ട നിസ്സഹായനായിട്ടാണ് ആ ശരീരം പ്രദർശിക്കപ്പെട്ടത്. അതും സ്ത്രീകളാണ് ഈ നിരാലംബത സൃഷ്ടിച്ചിരിക്കുന്നത്. കഥാപാത്ര സാക്ഷാൽക്കാരത്തിനു അനാവൃതമായ ശരീരത്തെ വിട്ടുകൊടുക്കുന്നത് ഇവിടെ തുടങ്ങിയിരിക്കണം. *യാത്ര*യിലെ നായകന്റെ നിസ്സഹായതയും ശരീരചലനങ്ങളിലൂടെയാണ് കൂടുതലും വ്യക്തമാക്കപ്പെട്ടത്. ഈ സമ യത്ത് 150 ഓളം സിനിമകളിൽ അഭിനയിച്ച പരിചയം ഈ ഉദാരതയ്ക്ക് പിന്നിലുണ്ടായിരുന്നിരിക്കണം.

1987 ൽ ദിവസങ്ങളുടെ വ്യത്യാസത്തിൽ റിലീസ് ചെയ്യപ്പെട്ട *ന്യൂ ഡൽഹി* (ജൂലായ് 24) യും *തനിയാവർത്തന*വും (ആഗസ്ത് 15) വളരെ വ്യത്യസ്തമായ ശരീരഭാഷണങ്ങൾ ഉൾച്ചേർത്തവയാണ്. *ന്യൂ ഡൽഹി* യിലെ അതിശക്തനായ ജി കെയുടെ നേർവിപരീതനാണ് *തനിയാവർത്തന* ത്തിലെ മാനസികനില നഷ്ടപ്പെട്ട പാവം ബാലൻ മാഷ്. ഈ രണ്ട് സിനിമ കളുടേയും ഷൂട്ടിങ് വേളകൾ ഇടകലർന്നിട്ടുണ്ട്, പക്ഷേ, അതിസൂക്ഷ്മ തയോടെയാണ് സ്വശരീരത്തെ ഈ പകർന്നാട്ടത്തിൽ പങ്കെടുപ്പിക്കുന്നത്. *പാലേരി മാണിക്യ*ത്തിലെ മൂന്ന് മമ്മൂട്ടിക്കഥാപാത്രങ്ങൾക്കും (അഹമ്മദ് ഹാജി, മക്കൾ ഖാലിദ്, ഹരിദാസ്) മൂന്ന് ശരീരഭാഷകളാണ്, അല്ലെങ്കിൽ സംഭാഷണംകൊണ്ടോ മുഖംകൊണ്ടോ അങ്ങനെ തോന്നിപ്പിക്കുന്നവ യാണ്.

*പൊന്തൻമാട*യിൽ ഒരു മുണ്ട് മാത്രമുടുത്ത് നിഷ്കളങ്കനായ ഒരു ദളിതന്റെ ശരീരം നിർമ്മിച്ചെടുക്കപ്പെട്ടിട്ടുണ്ട്. കമുകിൽ കയറി അള്ളി

പൊന്തൻമാട

പ്പിടിച്ചിരുന്ന് രണ്ടാം നിലയിലെ സായിപ്പിനെ നോക്കുന്നത് രസാവഹമായി അവതരിപ്പിച്ച അതേ ശരീരം തന്നെയാണ് ഗർവ്വും കാമവും ഉടലെടുത്ത ഭാസ്കരപട്ടേലരുടേതാക്കി മാറ്റിയെടുത്തത് (*വിധേയൻ*). പട്ടേലർക്കും മേൽ വസ്ത്രങ്ങളില്ല ചിലപ്പോൾ. അതേ ശരീരം കാമമോഹിതനും വീരാളിയും ആയ ചന്തുവിനു വേണ്ടി സ്വരൂപിച്ചെടുക്കുന്നുണ്ട് (*ഒരു വടക്കൻ വീരഗാഥ*). ആത്മപതനത്തിനുശേഷം അവസാനരംഗത്ത് വരുന്ന ചന്തുവിനു വേണ്ടി ഈ ശരീരം മയപ്പെടുത്തുന്നുണ്ട്, “ഈ ശരീരത്തെ തോല്പിക്കാനാവില്ല മക്കളേ” എന്ന് പ്രഖ്യാപിക്കുന്ന രീതിയിൽ. അതു കൊണ്ടുതന്നെയാണ് ആ ശരീരത്തെ സ്വയം നശിപ്പിക്കുന്നത് തീക്ഷ്ണ മായ ആഘാതോദ്ഗമകാരിയായി അനുഭവപ്പെടുന്നത്. ഒരു തോർത്തു മാത്രം ഉടുത്ത മുരിക്കുംകുന്നത്ത് അഹമ്മദ് ഹാജി (*പാലേരി മാണിക്യം*) യുടെ ഉടൽ അഹങ്കാരത്തിന്റേയും അധീശത്വത്തിന്റേയും നിറഞ്ഞുക വിയുന്ന ആസക്തിയുടേയും കുടിയിരിപ്പിടമാണ്. അഹമ്മദ് ഹാജിയുടെ അനാവൃതശരീരമല്ല ചന്തുവിന്റെ അനാവൃതശരീരം. ഭാസ്കരപട്ടേല രുടേയും. ഇതേ ശരീരം അല്ല ആഢ്യത്തം തെളിയിക്കാൻ വേണ്ടി പ്രത്യ ക്ഷപ്പെടുത്തുന്ന, മേൽവസ്ത്രമില്ലാത്ത നന്ദഗോപാൽ മാരാർക്ക് (*നരസിം ഹ*ത്തിലെ അതിഥി വേഷം). *മതിലു*കളിലെ ഈ പ്രപഞ്ചത്തെ മുഴുവൻ സ്നേഹിക്കുന്ന, അയഞ്ഞ ശരീരപ്രകൃതിയുള്ള ബഷീർ ആകാനും തന്ത്രങ്ങൾ മെനഞ്ഞെടുത്തിട്ടുണ്ട്. *മുന്നറിയിപ്പി*ലെ രാഘവൻ കൈ അധികം അനക്കാത്ത ആളാണ്, ബലം പിടിത്തമുള്ള ചലനങ്ങളുമാണ്

പാലേരി മാണിക്യം

അയാൾക്ക്. എന്നാൽ *പുഴു*വിലെ കുട്ടനു തികച്ചും വ്യത്യസ്തമാർന്ന ശരീരവിന്യാസങ്ങളാണ്. പൊലീസ് വേഷങ്ങൾക്ക് പ്രസിദ്ധിപെറ്റ ശരീരം *പൊന്തൻമാട*യ്ക്ക് നിർബ്ബാധം വിട്ട് കൊടുക്കുന്നത് എളുപ്പവഴിയിൽ ആയിരുന്നു എന്ന് മാത്രമല്ല പ്രതീതിജനകവും വിശ്വസനീയവും ആയി പ്രേക്ഷകർക്ക് അനുഭവപ്പെടുത്താനും ഇടയാക്കി. 'Body is at once the contained and the container' എന്ന് പ്രമാണം. ഒരേ പാത്രത്തിൽ വിവിധ ഉൾക്കൊള്ളൽ, ആ ഉൾക്കൊള്ളുന്നതെന്താണ് എന്നതനുസരിച്ച് പാത്രത്തിന്റെ സ്വരൂപം മാറുക–ചാതുര്യം തെല്ലല്ല ഈ വിദ്യക്ക് വേണ്ടത്.

ആകാരസൗഷ്ഠവത്തിന്റെ തമസ്കരണങ്ങൾ

മുഖകാന്തിയും ശരീരകാന്തിയും പ്രകടമാക്കാതെയാണ് പലപ്പോഴും ഈ കൂടുവിട്ട് കൂടു മാറൽ മമ്മൂട്ടി സാദ്ധ്യമാക്കിയത്. *പേരൻപി*ലെ അമുതവൻ വിലക്ഷണമായ ഒരു തൊപ്പിയുംവെച്ച് മ്ലാനവദനനായി മകളുടെ അതിജീവനത്തിനു പാടുപെടുന്നവനാണ്. "തൊട്ടാൽ ചോര പൊടിയുന്ന മുഖം" എന്ന് ഏറ്റവും കൂടുതൽ മമ്മൂട്ടിയെ മേക്കപ്പ് ചെയ്തിട്ടുള്ള പട്ടണം റഷീദ് സാക്ഷ്യപ്പെടുത്തിയിട്ടുണ്ട്. ആ മുഖവും ശരീരവും തോല്വികൾ ഇടമുറിയാതെ വന്ന് ഭവിച്ച് നിസ്സഹായനായിപ്പോയ അച്ഛനായ അമുതവന്റേതായി മാറ്റിയെടുക്കപ്പെടുന്നു. ആണത്തപ്രഘോഷണത്തിനു ഉദാത്തമായ ശരീരം പേറുന്നവനായിട്ടാണ് മിക്കപ്പൊഴും മമ്മൂട്ടി അവതരിക്കപ്പെടാറെങ്കിലും *അംബേദ്ക്കറോ പ്രാഞ്ചിയേട്ടനോ ഭൂതക്കണ്ണാടി*യിലെ വിദ്യാധരനോ ഈ സൗഷ്ഠവത്തിന്റെ ലാഞ്ഛന വന്നു ഭവിക്കാതിരിക്കാൻ ശ്രദ്ധിച്ചിട്ടുണ്ട്. *കൊച്ചുതെമ്മാടി*യിലെ ശേഖരൻ മാസ്റ്ററെപ്പോലെ സൗമ്യശരീര അദ്ധ്യാപകവേഷങ്ങൾ ഗ്ലാമർ വെടിഞ്ഞ് കൈകാര്യം ചെയ്തിട്ടുമുണ്ട്. *പൂമുഖപ്പടിയിൽ നിന്നെയും കാത്തി*ലെ ഡോക്ടർ ഐസക്കും *അരയന്നങ്ങളുടെ വീടി*ലെ രവീന്ദ്രനും ദൈന്യത മാത്രം മുഖമുദ്രയാക്കപ്പെട്ടവരാണ്, *ഇൻസ്പെക്ടർ ബലറാമി*ന്റെയും പോരാളി ചന്തുച്ചേകവരുടേയും തീക്ഷ്ണതയിൽനിന്നുള്ള ഈ സംക്രമണം അയത്നലളിതമായാണ് സാധിക്കപ്പെടുന്നത്.

വിദഗ്ദ്ധമായ സംഭാഷണചാതുരി പാത്രസൃഷ്ടിയിൽ ചേർക്കപ്പെട്ടത് വൈവിദ്ധ്യമിയന്ന കഥാപാത്രങ്ങളിലേക്ക് പരകായപ്രവേശം സാദ്ധ്യമാക്കി എന്ന് മാത്രമല്ല അത് പ്രേക്ഷകരിലേക്ക് പകർത്താനും നിസ്സന്ദേഹമായി അവരെ ബോദ്ധ്യപ്പെടുത്താനും വഴി തെളിച്ചിട്ടുണ്ട്. അതിനാടകീയത ആവശ്യപ്പെടുന്നതാണ് ഇന്ത്യൻ സിനിമാസന്ദർഭങ്ങൾ എന്നിരിക്കെ അതിനു അയവ് വരുത്തിക്കൊണ്ടാണ് മമ്മൂട്ടിയുടെ പ്രവേശനം തന്നെ. ആദ്യകാലങ്ങളിൽ സത്യന്റെ അഭിനയശൈലികൾ മമ്മൂട്ടിയിൽ കണ്ടെങ്കിൽ അത് ഒരു മേന്മ തന്നെയായി അംഗീകരിക്കപ്പെടേണ്ടിയിരിക്കുന്നു. കോടതി രംഗങ്ങൾ സാധാരണ പ്രേക്ഷകരെ ഹരംകൊള്ളിക്കുന്ന രീതിയിൽ അവതരിപ്പിക്കുമ്പോഴും ഒരു നിപാതം പോലെ അതിന്റെ പര്യവസാനം സ്വാഭാവികതയിലേക്ക് ഊർന്നിറങ്ങുന്നതാക്കാനും ശ്രദ്ധ

വച്ചിട്ടുണ്ട്. ഇത്തരം കൃത്യമായ പഠിച്ചെടുക്കലുകൾ സ്വയം നവീകരിക്കാൻ അനുവദിക്കുകയും അത് ഉൾച്ചേർക്കാൻ ശ്രദ്ധിക്കുകയും ചെയ്തതുകൊണ്ടാണ് പ്രാഞ്ചിയേട്ടനെപ്പോലെ അവതരിപ്പിച്ചു ഫലിപ്പിക്കാൻ പ്രയാസമുള്ള കഥാപാത്രങ്ങൾ വിശ്വാസയോഗ്യത നേടിയെടുത്തത്. താൻ ജന്മനാ ഒരു നടൻ (born actor) അല്ലെന്നും വർഷങ്ങളിലെ പരിശ്രമങ്ങൾകൊണ്ട് നിർമ്മിച്ചെടുത്തതും സ്ഫുടം ചെയ്തതുമാണെന്ന് ഈ നടൻ തന്നെ സമ്മതിച്ചിട്ടുണ്ട്. സംവിധായകൻ എന്താണ് ഉദ്ദേശിക്കുന്നത് എന്നത് കൃത്യമായി മനസ്സിലാക്കിയെടുക്കുന്നത് സിനിമാ അഭിനയത്തിന്റെ ട്രിക്കുകളിൽ ഒന്നാണ്. അത് സ്വാംശീകരിക്കപ്പെടുവാൻ ശരീരം എങ്ങനെ വിട്ടുകൊടുക്കണം എന്ന അറിവ് അത്ര എളുപ്പത്തിൽ ലഭിക്കുന്നതല്ല.

ഒരു നൂറ്റാണ്ടിന്റെ പകുതി, രണ്ടോ മൂന്നോ തലമുറ–തൃപ്തിപ്പെടുത്താൻ പ്രയാസമുള്ള കാലയളവും ഘടകങ്ങളും ആണിവ. സിനിമ ആവശ്യപ്പെടുന്ന രാഷ്ട്രീയപരത, കലാമൂല്യപരിസരം, ചരിത്ര–സമകാലീന ബന്ധങ്ങൾ ഇവയോടൊക്കെ സമരസപ്പെടുത്തിയെടുക്കപ്പെടേണ്ട ഉടലും മനസ്സും അതിനു സന്നദ്ധമാക്കി നിലനിർത്തുക എന്നത് ക്ലിഷ്ടമാണ്. ഇത് സാദ്ധ്യമാക്കാൻ സ്വയം സമർപ്പിക്കുകയും വഴങ്ങിക്കൊടുക്കുകയും ചെയ്താണ് മമ്മൂട്ടി സിനിമാലോകത്ത് സ്ഥിതപ്രജ്ഞനായി നിലനിന്നിട്ടുള്ളത്.

ഭാഗം രണ്ട്

സമയമാപിനികൾ ഒളിപ്പിക്കുന്നത്
അതിശയങ്ങളുടെ വേനൽ

ബാലമനസ്സുകളുടെ സങ്കീർണ്ണത വെളിവാക്കുന്ന സിനിമയാണ് *അതിശയങ്ങളുടെ വേനൽ*

"ഗഗനമെന്തൊരത്ഭുതം സമുദ്രമെന്തൊരത്ഭുതം
അഖിലലോകജീവജാലമെന്നതെന്തൊരത്ഭുതം"

എന്ന സന്ധ്യാനാമം കേട്ടുകൊണ്ട് വളർന്നവനാണ് എട്ടുവയസ്സുകാരൻ അനു എന്ന് വിളിക്കപ്പെടുന്ന ആനന്ദ്. അത്ഭുതങ്ങൾ തീർച്ചയായും സംഭവിക്കുമെന്നും അതിനുവേണ്ടി പരിശ്രമിക്കുകയേ വേണ്ടൂ എന്ന് അവനു നല്ല നിശ്ചയമുണ്ട്. അവന്റെ അച്ഛൻ അപ്രത്യക്ഷനായിടത്തേക്ക് എത്തിച്ചേരണമെന്നാണ് അവന്റെ ഉല്ക്കടമായ ആഗ്രഹവും വാശിയും. *ദി ഇൻവിസിബിൾ മാൻ* എന്ന പുസ്തകത്തിൽ ചില സൂചനകൾ നല്കിക്കൊണ്ട് അച്ഛൻ പൊടുന്നനവേ കാണപ്പെട്ടവനല്ലാതായിത്തീർന്നിരിക്കയാണ്.. ആ *ഇൻവിസിബിലിറ്റി*യുടെ മായികതന്ത്രങ്ങൾ വശത്താക്കാനുള്ള പരീക്ഷണാത്മകമായ തേടലിൽ ജീവിതത്തെക്കുറിച്ച് മാത്രമല്ല സമയത്തെക്കുറിച്ചും പ്രപഞ്ചത്തെക്കുറിച്ചും അവൻ അനുഭവജ്ഞാനങ്ങൾ ഉൾക്കൊള്ളുകയാണ്. ദൈവസങ്കല്പത്തെക്കുറിച്ചും വിശ്വാസങ്ങളെക്കുറിച്ചും വലിയവരുടെ വിചിത്രമായ പെരുമാറ്റരീതികളെക്കുറിച്ചും അവന്റെ പ്രായത്തിൽ കവിഞ്ഞുള്ള അറിവുകൾ നേടുകയാണ് ആനന്ദ് അക്കൊല്ലത്തെ മദ്ധ്യവേനലവധിയിൽ.

പ്രശാന്ത് വിജയ് സംവിധാനം ചെയ്ത *അതിശയങ്ങളുടെ വേനൽ* എന്ന സിനിമ ലോകശ്രദ്ധ ആകർഷിക്കപ്പെട്ടതാണ്, നിരവധി ഇന്റർനാഷണൽ ഫിലിം ഫെസ്റ്റിവലുകളിൽ സമ്മാനങ്ങൾ നേടിയിട്ടുള്ളതുമാണ്. എട്ടു വയസ്സുകാരൻ ആനന്ദ് ആയി അഭിനയിച്ച *ചന്ദ്രകിരൺ* വിസ്മയിപ്പിക്കുന്ന അഭിനയപാടവമാണ് കാഴ്ചവച്ചിരിക്കുന്നത്, മികച്ച

നടനുള്ള സമ്മാനങ്ങളും നേടിയിട്ടുണ്ട്. അച്ഛനില്ലാതായതിന്റെ സങ്കടവും പെട്ടെന്നുള്ള തിരോധാനത്തിന്റെ കാരണം പിടികിട്ടായ്കയാലുള്ള വിഹ്വലതയും നിരാശയും അത്ഭുതാവഹമായ ചാതുര്യത്തോടെയാണ് ചന്ദ്രകിരൺ അവതരിപ്പിച്ചത്. ബാല്യകാലസംബന്ധിയായ കളിതമാശകളിൽപെടാതെ ഒരേയൊരു ലക്ഷ്യം മുൻനിർത്തി, വലിയവരുടെ യുക്തിബോധത്തെ ഖണ്ഡിച്ചുകൊണ്ട് നവീന ലോകഘടനകളുടെ സാദ്ധ്യതകൾ ഉൾക്കൊണ്ട് വേനലവധിക്കാലം ചെലവഴിക്കുന്ന ഈ കുട്ടിയെ അവതരിപ്പിക്കുക എന്നത് അത്ര എളുപ്പമുള്ള കാര്യമല്ല, സംവിധായകനും ഇത് ഒരു വെല്ലുവിളി ആയിരുന്നിരിക്കണം.

അമ്മയോ അച്ഛനോ നഷ്ടപ്പെട്ട കുട്ടിയുടെ കഥ മലയാളസിനിമയിൽ പുതിയതൊന്നുമല്ല. *കണ്ണും കരളും, അമ്മയെ കാണാൻ* തുടങ്ങിയ സിനിമകളിൽ അമ്മയെ തേടുന്ന കുട്ടി കുടുംബത്തിൽ സൃഷ്ടിക്കുന്ന പ്രശ്നങ്ങൾ ആഖ്യാനപ്പെടുത്തിയെങ്കിൽ ഇവിടെ ഒരു കുട്ടിയുടെ സങ്കീർണ്ണമായ മാനസികനിലകളാണ് പരിശോധിക്കപ്പെടുന്നത്. അച്ഛനെ തേടുന്ന കുഞ്ഞ് അല്ല അനു; അച്ഛന്റെ തിരോധാനത്തിന്റെ പൊരുൾ അഴിക്കാനും അതിലെ സത്യങ്ങൾ അറിയാനും അദൃശ്യരുടെ ലോകത്ത് എന്തു നടക്കുന്നു എന്നറിയാനുമുള്ള അഭിവാഞ്ഛയോടൊപ്പം അച്ഛന്റെ പരിലാളന പൊടുന്നനവേ ഇല്ലാതായതിന്റെ സങ്കടം തീർക്കാനുള്ള വഴികളും തേടുന്ന കുഞ്ഞുമനസ്സിന്റെ വിഭ്രാന്തികളാണ് സിനിമ വരച്ചിടുന്നത്. സംവിധായകൻ പ്രശാന്ത് വിജയിന്റെ അതിശയകരമായ ആഖ്യാനപാടവം സൂക്ഷ്മമായ ചുറ്റുപാടുകൾ ക്യാമറയിലാക്കിയും കൃത്യമായി ഷോട്ടുകളുടെ വിന്യാസങ്ങൾ നിയന്ത്രിച്ചും പ്രയാസമേറിയ ബാലമനഃശാസ്ത്ര വിശകലനം സാധിച്ചെടുക്കുന്നു. സന്ദർഭങ്ങൾക്ക് വിവിധ അർത്ഥതലങ്ങൾ സൃഷ്ടിച്ചും കുട്ടിയുടെ മനോവ്യാപാരങ്ങൾ വിദിതമാക്കുന്ന ചെയ്തികളും അവയുടെ പരിണതികളും നിബന്ധിച്ചും വിരസമായിപ്പോകാവുന്ന പ്രമേയത്തെ രക്ഷിച്ചെടുക്കുന്നുണ്ട് സംവി

ധായകൻ. സംഭാഷണങ്ങൾ കുറച്ചുകൊണ്ട് സിനിമ നിശ്ചിതമായും ദൃശ്യാഖ്യാനത്തിന്റെ കല തന്നെ എന്നത് ഉറപ്പിക്കുന്നു. കഥ പറഞ്ഞു പോകലല്ല, ദൃശ്യങ്ങൾകൊണ്ട് കഥ നിർമ്മിച്ചെടുക്കലാണിവിടെ. നാടകീയത തീരെ വർജ്ജിച്ചും അനുക്രമമായി വികസിക്കുന്ന സംഭവ ഗതികളെ സൂക്ഷ്മമായി വിന്യസിപ്പിച്ചും ഘടിപ്പിച്ചുമാണ് കുട്ടിയുടെ മാനസികവ്യാപാരങ്ങൾ വിശ്വസനീയവും ദൃഢനിശ്ചിതവും ആക്ക പ്പെടുന്നത്. സ്ക്രീനിലെ ഇരുട്ട് എന്നതും ആശയപ്രദാനുഭാവി ആകു ന്നുണ്ടിവിടെ.

അനുവിന്റെ അറിവു നേടൽ

ദൈവത്തെക്കുറിച്ച്, 'ഷെയ്പ് മാറുന്ന' പ്രായപൂർത്തിയാവരെ ക്കുറിച്ച്, പ്രാർത്ഥനയുടെ സാംഗത്യത്തെക്കുറിച്ച് പലതും മനസ്സിലാക്കി യെടുക്കുന്നു അനു ചുരുങ്ങിയ മദ്ധ്യവേനലവധിക്കാലംകൊണ്ട്. സമയം എന്ന സങ്കല്പം- അത് ദൃശ്യമായതിനെ അദൃശ്യമാക്കുന്നു, മറിച്ചും- തൊട്ടനുഭവിക്കാൻ അവനെ സഹായിക്കുന്നത് അച്ഛന്റെ വാച്ചാണ്. അവനും അച്ഛനും തമ്മിലുള്ള ദൂരം സമയം മാത്രമാണ്. സമയമാപിനിക്ക് ചില ശക്തികളുണ്ട്, സമയത്തിന്റെ ആപേക്ഷികത അവനെ കുഴയ്ക്കു ന്നുമുണ്ട്. വാക്കുകളിലൂടെ വ്യവ ഹാരം സാധിക്കുന്ന ലോകത്തിനും അപ്പുറം പരസ്പരം സംവദിക്കാൻ മറ്റ് ഉപായങ്ങൾ ഉപയോഗിക്കപ്പെടാം എന്ന് അവനു തോന്നുണ്ട്. ഗായത്രി മുടി ഉപയോഗിച്ച് ഇത്തരം സം വേദനങ്ങൾ സാദ്ധ്യമാക്കുന്നു എന്ന് അവനു സംശയമുണ്ട്.

പ്രശാന്ത് വിജയ്

അവൻ കാണുന്നതോ വിഭാ വനം ചെയ്യുന്നതോ ആയ ലോക ത്തെക്കുറിച്ച് ഇത്തരം ചില പ്രത്യേക ധാരണകൾ നിർമ്മിച്ചെടുക്കുന്നതി ലേക്കാണ് ഇത് നയിക്കുന്നത്. ഇത് വലിയവരുടെ ആദർശത്തിനു സമാ ന്തരമോ പകരം വയ്ക്കാനാവുന്നതോ ആണ്. യാഥാർത്ഥ്യവുമായി പൊരു ത്തപ്പെടാൻ പ്രയാസമാക്കുകയാണ് ഈ പ്രത്യേക കാഴ്ചപ്പാടുകൾ. അതുകൊണ്ടുതന്നെ ചുറ്റുമുള്ളവർ അവനെ മനസ്സിലാക്കുന്നില്ല. 'എന്റെ തലയിൽ കളിമണ്ണാണെന്ന് ചേച്ചി പറഞ്ഞു' എന്ന് അവനു പരിത പിക്കേണ്ടി വരുന്നത് ഇതുകൊണ്ടാണ്. പ്രായമായവരുടെ മാനസിക വ്യാപാരങ്ങൾ മുഴുവൻ ശരിയാണെന്ന് അവനു വിശ്വാസം വരുന്നുമില്ല. ലോകം നിലനിന്നുപോകുന്ന വ്യവഹാരങ്ങൾ കൃത്രിമം ആണെന്നാണ്

അവനു തോന്നുന്നത്. അച്ഛന്റെ തിരോധാനംതന്നെ ഉദാഹരണം. പെട്ടെന്ന് ഒരാളെങ്ങനെ ഇല്ലാതാകും? ഉണ്മ എന്നത് എന്ത്? കനത്ത വൈദ്യുതി പായിച്ചാൽ സത്യത്തിനും അസത്യത്തിനും ഇടയ്ക്കുള്ള നേർ വരമ്പ് ഇല്ലാതാകില്ലേ? അദൃശ്യതയിലേക്ക് കടക്കാനുള്ള അനുവാദം നല്കുന്ന ശക്തി അല്ലെങ്കിൽ പോംവഴിയുടെ നിയന്ത്രിതാവ് ആരാണ്? എന്തുകൊണ്ട്? ആ കുഞ്ഞുമനസ്സിൽ ഇത്തരം പ്രഹേളികകകൾ നുരഞ്ഞ് പൊന്തുകയാണ്.

ഈ സമസ്യകൾ അനുവിന്റെ മനസ്സിനെ മഥിക്കുന്നതും അവയിൽ എത്തിച്ചേരാനുള്ള സാഹചര്യങ്ങളും അവയുടെ പരിണതഫലങ്ങളുമാണ് സിനിമയുടെ ആഖ്യാനത്തിന്റെ കാതൽ. ഗായത്രി എന്ന കസിൻ വരുന്നതോടെ സങ്കീർണ്ണമാകുകയാണ് പുറം ലോകവുമായുള്ള അവന്റെ അനുഭവങ്ങൾ. ഫെയ്സ്ബുക്ക് വഴി വ്യാജവ്യക്തിത്വം നിർമ്മിച്ചെടുത്ത് പെൺകുട്ടികളുമായി ബന്ധം സ്ഥാപിക്കുന്ന വേലകൾ ഒക്കെ അവനു മനസ്സിലാകാത്ത കാര്യങ്ങളാണ്. ഗായത്രിയെ കുടുക്കിയ ബാലകൃഷ്ണൻ "ഷെയ്പ് മാറുന്ന വിദ്യ" കൈവശമുള്ള ആളാണെന്നാണ് അവന്റെ വാദം. വ്യക്തവും ദൃഢവും ആയ യുക്തികൾ അവനുണ്ട്. അമ്മയുമായി ദൈവത്തിന്റെ സാംഗത്യത്തെക്കുറിച്ച് അവൻ വാദിക്കുന്നുണ്ട്. ദൈവം അപ്രമേയശക്തിയുള്ളവനാണെന്ന അമ്മയുടെ വാദം അവൻ പൊളിക്കുന്നത് അപകടങ്ങൾ നിയന്ത്രിക്കാൻ കഴിയാതെ പോകുന്ന ദൈവത്തെക്കുറിച്ച് പരാമർശിച്ചുകൊണ്ടാണ്. അപകടത്തിനാണോ ദൈവത്തിനാണോ പവർ കൂടുതൽ എന്ന ചോദ്യം എറിയുന്നു അവൻ. അച്ഛൻ തിരിച്ചുവരണ്ടെന്ന് ദൈവം എന്തിനു തീരുമാനിച്ചു എന്ന ചോദ്യത്തിനു അമ്മയ്ക്ക് ഉത്തരമില്ല. പ്രാർത്ഥിച്ചിട്ട് എന്തു കാര്യം എന്ന് നിഷ്കളങ്കമായ അവന്റെ ചോദ്യം സാധുതയേറ്റുന്നു. ശാസ്ത്രം, വിശ്വാസം എന്നീ വിരുദ്ധദ്വന്ദങ്ങളെക്കുറിച്ച് വ്യക്തമായ അറിവുകൾ കിട്ടുകയുമാണവന്. അത്ഭുതങ്ങൾ സാദ്ധ്യമാണെന്നും പക്ഷേ, അത് ശാസ്ത്രത്തിന്റെ യുക്തിയുടെ പരിധിക്കുള്ളിലായിരിക്കുമെന്നത് അവന്റെ കുഞ്ഞുമനസ്സിൽ പതിഞ്ഞുകഴിഞ്ഞു.

ശരീരത്തിൽ വൈദ്യുതി കടത്തുന്നതാണ് അദൃശ്യത കൈവരിക്കാനുള്ള ആദ്യപടി എന്നാണവൻ വിശ്വസിക്കുന്നത് എന്ന് മാത്രമല്ല പലപ്പോഴും അത് പരീക്ഷിച്ച് അപകടത്തിൽ പെടുന്നവനുമാണ്. അവനോടൊപ്പംനിന്ന് ശാസ്ത്രത്തിന്റെ നിഗൂഢതകളും അനന്തസാദ്ധ്യതകളും തെര്യപ്പെടുത്തിയ ആളാണ് അവന്റെ അച്ഛൻ. പെട്ടെന്നുള്ള തിരോധാനം അവനെ ആകെ വിഷമിപ്പിച്ചിരിക്കുകയാണ്. അതേ ശാസ്ത്രവിധികൾകൊണ്ട് തന്നെ അച്ഛന്റെ ലോകത്ത് എത്താമെന്നാണ് അവന്റെ കണക്കുകൂട്ടൽ. ശാസ്ത്രപദ്ധതികളിൽ വൻ വിശ്വാസവും അതിൽ ആകർഷിക്കപ്പെട്ടവനുമാണവൻ. നോട്ടുപുസ്തകത്തിൽ പരീക്ഷണപദ്ധതികൾ വിശദമായി വരച്ചിട്ട് എല്ലാം മുൻകൂട്ടി തീരുമാനിക്കാനും മിടുക്കനാണവൻ. ഉൽക്കാനിപാതം അവനെ വിസ്മയിപ്പിക്കുന്നുണ്ടെന്ന്

മാത്രമല്ല അതിൽ ശ്രദ്ധചെലുത്താത്ത ചേട്ടനോടും അമ്മയോടും നിരാശകലർന്ന വെറുപ്പും ഉണ്ട്. ഗായത്രിക്കും അദൃശ്യയാകാനുള്ള സിദ്ധിയുണ്ടെന്നും അത് ചില മന്ത്രങ്ങളുടെ സഹായത്തോടെ ആണെന്നുമുള്ള അറിവും അവനു നിരാശയാണ് സമ്മാനിക്കുന്നത്. അതിലൊന്നും "സയൻസില്ലേ"? എന്ന് ദയനീയമായാണ് അവൻ ചോദിക്കുന്നത്.

അച്ഛന്റെ വേർപാട് അവനെ എത്രമാത്രം ദുഃഖിതനാക്കിയിരിക്കുന്നു എന്നതിന്റെ പരോക്ഷമായ ആഖ്യാനം കൂടിയാണ് സിനിമ. അതുമായി സമരസപ്പെടുന്നതിന്റെ വഴികളാണ് സിനിമയിലെ കഥ വേർതിരിച്ചെടുക്കാൻ ശ്രമിക്കുന്നത്. മരണം, കൊലപാതകം എന്നിവയൊന്നും മനസ്സിലാകാനുള്ള പ്രായമായില്ലെങ്കിലും അതുമായി ബന്ധപ്പെട്ട പലതും മനസ്സിലാക്കിയെടുക്കുന്ന അതിവിശാലമായ, ആഴമുള്ള മനസ്സ് സ്വായത്തമാക്കിയെടുക്കുകയാണവൻ. ഒരു ഡിറ്റക്റ്റീവിന്റെ അവധാനതയോടും സൂക്ഷ്മതയോടുമാണ് അവൻ അച്ഛൻ ഇട്ടിട്ടുപോയ സൂചനകൾ പരിശോധിക്കുന്നത്. കൂടുതൽ വിവരങ്ങൾ താഴെ താമസിക്കുന്ന ഘോഷ് എന്ന പുസ്തകവായനക്കാരനിൽനിന്നും സ്വായത്തമാകുന്നുണ്ട്. അവൻ കാണുന്ന ലോകം അനുഭവിക്കുന്ന ലോകം സത്യമാണ്, അസത്യമാം വിധം സത്യമാണ്. മറ്റുള്ളവരുടെ ലോകം ഈ അസത്യസത്യം അറിയുന്നില്ലാ എന്നത് അവനെ സംബന്ധിച്ചിടത്തോളം വിശദീകരണം അർഹിക്കുന്ന കാര്യമാണ്.

ഭരണകൂടത്തിന്റെ നിഷ്ഠുരത ഒരു കുഞ്ഞുമനസ്സിൽ ഏല്പിക്കുന്ന ആഘാതത്തിന്റെ ആഖ്യാനം ഗൂഢമാക്കിയതാണ് പ്രശാന്ത് വിജയുടെ സംവിധാനചാതുര്യത്തിന്റെ അടയാളം. അനുവിന്റെ അച്ഛൻ വേണു ഛത്തീസ്ഗഢിൽ എത്തപ്പെട്ട ജേണലിസ്റ്റ് ആണ്. മനുഷ്യാവകാശലംഘനവും പൊലീസ് അതിക്രമങ്ങളും വേണുവിന്റെ തിരോധാനവും സിനിമയിൽ അനുവിന്റെ തീവ്രസങ്കടങ്ങളായി പ്രതിപാദിക്കപ്പെടുകയാണ്, അത് ആഖ്യാനത്തിൽ പ്രാധാന്യം നേടുന്നില്ലെങ്കിലും. അവനെ സ്വമേധയാ ഒരിക്കലും വിട്ടുപോകയില്ല അച്ഛൻ എന്ന് അവനു പൂർണ്ണവിശ്വാസമുണ്ട്. അച്ഛന്റെ പെട്ടി തുറന്ന് അതിൽ അടുക്കിവച്ചിരിക്കുന്ന ഉടുപ്പുകളിലും മറ്റും തഴുകി കണ്ണീർ വാർക്കുന്ന ദൃശ്യം വെളിവാക്കുന്നത് അച്ഛനില്ലാതെയായ കുഞ്ഞിന്റെ തീരാസങ്കടം മാത്രമല്ല വലിയവരുടെ കൃത്രിമലോകത്ത് പെട്ടുപോയ നിഷ്കളങ്ക മനസ്സിന്റെ വ്യഥകളാണ്. അനുവിന്റെ അമ്മയുടെ ദൈന്യമുഖം വീണ്ടും വീണ്ടും ചിത്രീകരിച്ചാണ് വേണുവിന്റെ തിരോധാനത്തിന്റെ ഗാഢത വെളിവാക്കുന്നത്.

അനുവിന്റെ വ്യർത്ഥ അന്വേഷണപരതയിലും തീരാദുഃഖമുണ്ട് അമ്മയ്ക്ക്. അവനെ പ്രീതിപ്പെടുത്താനും അപകടകരമായ പരീക്ഷണങ്ങൾക്ക് തെല്ലൊരു അറുതി വരുത്താനും അദൃശ്യത അവനു സിദ്ധിയായി എന്ന് ധരിപ്പിക്കാൻ അമ്മയും ചേട്ടനും സമർത്ഥമായി അഭിനയിക്കുന്നുണ്ട്. പാവം അനു ഇത് കുറച്ചു നാളത്തേക്ക് വിശ്വസിച്ചു പോകുന്നുമുണ്ട്. വലിയവർ കളിക്കുന്ന കളിയിൽ ദയനീയമായി അവൻ പെട്ടു

അതിശയങ്ങളുടെ വേനൽ

പോകുകയാണ്. ഇന്നത്തെ സൈബർ ലോകം അദൃശ്യത എന്നത് കുറ്റകൃത്യങ്ങൾക്ക് ഉപയോഗപ്പെടുത്തുന്നതിന്റെ ദൃഷ്ടാന്തമാണ് ഗായത്രി-ബാലകൃഷ്ണൻ ബന്ധങ്ങൾ. അനുവാണ് ഇത് കണ്ടു പിടിക്കുന്നത്, ഗായത്രിയുടെ ബോയ് ഫ്രണ്ട് അദൃശ്യനാണെങ്കിൽ അത് ആരാണെന്ന അവന്റെ അന്വേഷണത്വര പ്രേരിപ്പിച്ചതാണവനെ. സത്യങ്ങൾ പുറത്തുകൊണ്ടുവന്ന അവന്റെ തലയിൽ കളിമണ്ണാണെന്ന് വലിയവരുടെ ലോകം സമർത്ഥിക്കുന്നതിൽ തകർന്നുപോകുന്നുണ്ട് അവൻ.

കഥ പറഞ്ഞുപോകുന്നതിൽനിന്ന് വിഘടിച്ച്, ദൃശ്യങ്ങൾകൊണ്ട് ആഖ്യാനവും ആശയവിനിമയവും സാദ്ധ്യമാക്കാനാണ് സംവിധായകൻ ഉദ്ദേശിക്കുന്നത് എന്നതാണ് ഈ ചിത്രത്തിന്റെ മേന്മ. അനുവിന്റെ മാനസികനിലകളും സംഘർഷങ്ങളും ചിത്രീകരിക്കപ്പെടുന്നത് സംഭാഷണങ്ങളിൽ ഊന്നാതെ ദൃശ്യങ്ങളാലാണ്. തൊട്ടിയിൽ നിറച്ച വെള്ളത്തിൽ പ്രതിബിംബം നോക്കി നില്ക്കുന്നതും അതിൽ തരംഗങ്ങൾ സൃഷ്ടിക്കുമ്പോൾ പ്രതിബിംബത്തിനു രൂപവികല്പം സംഭവിക്കുന്നതും അനുവിന്റെ ആശയങ്ങളുടെ സാരൂപ്യം പോലെയാണ്. ഉല്ക്കാനിപാതത്തിന്റെ വാർത്തയുടെ പശ്ചാത്തലത്തിൽ സാവധാനം നടന്ന് നട കയറി ഇരുട്ടിൽ മറയുന്ന അനുവിന്റെ ചിത്രീകരണവും ഇതുപോലെ പ്രതീകാത്മകമാണ്. വെയിലും നിഴലും രേഖാചിത്രങ്ങൾ വരയ്ക്കുന്ന മതിലിനു മുൻപിൽ സൈക്കിൾ നിർത്തി ട്രാൻസ്ഫോർമർ നോക്കുന്നത്, ഗായത്രി അദൃശ്യയായി മുറിയിൽ ഉണ്ടെന്നുള്ള നിശ്ചയത്താൽ സ്വകാര്യതയ്ക്കു വേണ്ടി കിടക്കവിരി കൊണ്ട് മൂടിപ്പുതച്ച് ഉടുപ്പ് മാറുന്നത്, ഇവയൊക്കെ അനുവിന്റെ മനസ്സിന്റെ ബാഹ്യപ്രകടന ദൃശ്യങ്ങളാണ്.

ജനലിൽക്കൂടി പുറത്തേക്ക് നോക്കി ബാഹ്യലോകത്തിന്റെ ഗതിവിഗതികൾ നിരീക്ഷിക്കുക അനുവിന്റെ പതിവാണ്. അവസാനം അവൻ

ബാല്ക്കണിയിൽ ഇറങ്ങിനിന്ന് അനന്തവിഹായസ്സുനോക്കി പ്രപഞ്ചശക്തികളെപ്പറ്റിത്തന്നെയുള്ള അറിവുകൾ നേടുന്നു എന്ന വിധം സ്വയം പരിശോധനയ്ക്ക് വിധേയനാകുന്നുണ്ട്. പ്രപഞ്ചസൂചനയെന്നവണ്ണം ഒരു കാറ്റ് അവനെ തലോടുന്നുണ്ട്. താനേ അടഞ്ഞു തുറക്കുന്ന ബാല്ക്കണി വാതിൽ അവൻ നിരീക്ഷിക്കുന്നുണ്ട്. “ഇൻ വിസിബിൾ ആകുന്നത് വല്യകാര്യമൊന്നും അല്ല കേട്ടോ” എന്ന സത്യം അവനിൽ വെളിപാടായി ഉണരുകയാണ്. മായ എന്ന വേദാന്തസത്യം തന്നെ ഇത്, മായയുടെ പൊരുൾ തേടി പുരാണങ്ങൾ ചികഞ്ഞവനാണവൻ. കാലം എന്നത് പ്രപഞ്ചത്തിൽ ദുരുഹമായി വർത്തിക്കുന്നത് അവനു പിടികിട്ടിയ മാതിരിയാണ്. അച്ഛന്റെ വാച്ച് അതുമായി ബന്ധപ്പെടുത്തുന്ന സമയമാപിനിയാണ്. കാലക്കടലിന്റെ അക്കരെ അക്കരെ മരണത്തിൻ മൂകമാം താഴ്വരയിൽ ആയിരിക്കണം അവന്റെ അച്ഛൻ. കാലം എന്നത് നമ്മെ അദൃശ്യരോ ദൃശ്യരോ ആക്കും. സമയം എന്ന പ്രഹേളികയുടെ ചില പൊരുളുകൾ അവനു പിടികിട്ടിത്തുടങ്ങുകയാണ്. അത് ചിലരെ ഒളിപ്പിക്കും, ചിലരെ വെളിച്ചത്താക്കും. ഗായത്രിയെ കാണാതാകുമ്പോൾ അച്ഛന്റെ വാച്ച് അവളുടെ പക്കൽ ഉണ്ടെന്നും അതുകൊണ്ട് അദൃശ്യരുടെ ലോകത്താണ് അവൾ എന്നും അനു തീർപ്പ് കല്പിക്കുന്നുണ്ട്. അരിപ്പൊടി വിതറി കാല്പാടുകൾ തെളിവായി എടുക്കാം, നൂലുകൊണ്ടോ തുണിക്കീറുകൾ കൊണ്ടോ വല നെയ്ത് അവരുടെ സാന്നിദ്ധ്യം കണ്ടുപിടിക്കാം. അസ്പഷ്ടം ദൃഷ്ടമാക്കുന്ന പൊരുളെന്താണെന്നാണ് അന്വേഷണം.. ഒറ്റപ്പെട്ടുപോയ എല്ലാവർക്കും വേണ്ടി, ഒരു കൂട്ട്, ഒരു സ്നേഹസാന്ത്വനം, ഒരു ഉപദേഷ്ടാവ് എന്ന നിലയിൽ കാലം വർത്തിക്കുകയാണ്. അവസാനം ആ വാച്ച് പ്രപഞ്ചത്തിനുതന്നെ സമർപ്പിക്കുകയാണവൻ. അനന്തമായ സാഗരം തന്നെ പ്രപഞ്ചസൂചകം. അതുകൊണ്ട്

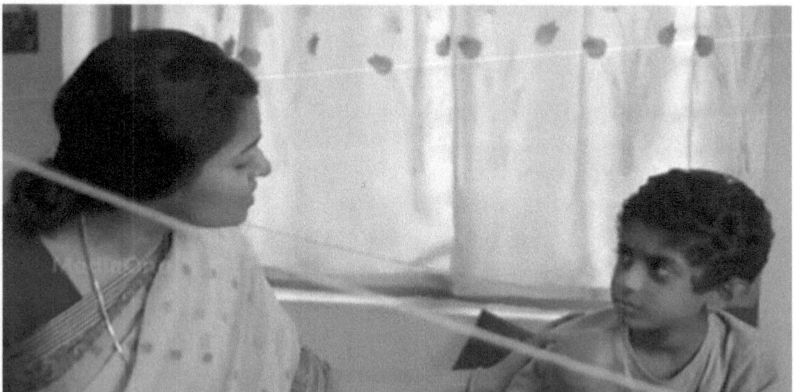

അതിശയങ്ങളുടെ വേനൽ

സമുദ്രത്തിനു വിട്ടുകൊടുക്കുകയാണവൻ അവന്റെ പ്രിയപ്പെട്ട വാച്ച്. അവന്റെ അച്ഛൻ അവനോടു കൂടെത്തന്നെ ഉണ്ടെന്ന സ്വയം വിശ്വാസപ്പെടുത്തൽ കൂടിയാണിത്. *ദി ഇൻവിസിബിൾ മാൻ* എന്ന പുസ്തകം തന്നെ അച്ഛൻ അവനു കൊടുത്തത് എന്തിനാണെന്നും അവൻ മനസ്സിലാക്കിയിരിക്കുന്നു. അച്ഛൻ ഇനി തിരിച്ചു വരികയില്ല എന്നും പിടികിട്ടിയിരിക്കുന്നു അതിശയങ്ങളുടെ വേനൽക്കാലത്ത്. ഗഗനവും സമുദ്രവും അത്ഭുതങ്ങളായിരിക്കുന്നതുപോലെ അവനും അത്ഭുതങ്ങളുടെ ഒരു ഭാഗമാണെന്ന വൻ തിരിച്ചറിവാണ് ആ കുഞ്ഞുമസ്തിഷ്കത്തിൽ വിടർന്നു പടരുന്നത്. അച്ഛൻ അദൃശ്യരുടെ ലോകത്താണെങ്കിലും അത്ഭുതങ്ങൾക്ക് ഇനിയും സാദ്ധ്യതകളുണ്ട്, സാംഗത്യമുണ്ട്. ഈ മഹാപൊരുൾ, ആത്യന്തികസത്യം മനസ്സിലാക്കി ആ വേനൽ അവസാനിക്കുകയാണ്. സ്കൂൾ തുറക്കുന്ന ദിവസം ബസ് സ്റ്റോപ്പിൽ അനന്തതയെ നോക്കിനില്ക്കുന്ന അനു എന്ന എട്ടുവയസ്സുകാരന്റെ ഷോട്ടോടെ സിനിമ അവസാനിക്കുന്നു. അവന്റെ അച്ഛൻ കൊടുത്ത കൃത്യസൂചന, എന്നും സ്വപ്നം കാണുക എന്നതനുസരിച്ച് സ്വപ്നങ്ങളുടെ ബസ് വന്നണയാൻ അവൻ കാത്തു നില്ക്കുന്നു.

പേരൻപ്
ലിംഗനീതിയിലെ പൊള്ളത്തരങ്ങൾ

അച്ഛനു മകളോടുള്ള വാത്സല്യത്തിന്റെ കഥയാണു *പേരൻപ്* എന്ന സിനിമയിലേത് എന്നാണ് പുറമേ തോന്നുക. എന്നാൽ രതി, ലൈംഗികത, ഭാര്യാഭർത്തൃത്വം എന്നിവയുടെ സാമൂഹ്യ/രാഷ്ട്രീയ കാഴ്ചപ്പാടും വ്യക്തികളുടെ നിലപാടുകളുമൊക്കെ പരിശോധിക്കാനും നിർവ്വചിക്കാനുമാണ് സംവിധായകൻ ഉള്ളാലെ ശ്രമിച്ചിട്ടുള്ളത് എന്നത് പ്രകടമാണ്. കഥാപാത്രങ്ങളെ സന്നിവേശിപ്പിച്ചതിലും കഥാസന്ദർഭങ്ങൾ തെരഞ്ഞെടുക്കുന്നതിലും ഈ പരിശ്രമം വ്യക്തമായി കാണാനുണ്ട്. രതിയുടെ സന്താനോല്പാദനോദ്ദേശവും തെളിയിക്കാൻ ശ്രമിക്കുന്നു സംവിധായകൻ. ലിംഗപദവി (gender) യുടെ നിലവിലുള്ള സാമൂഹ്യനിർവ്വചനത്തെ ചോദ്യം ചെയ്യാനുമൊരുമ്പെടുന്നുണ്ട് ഈ സിനിമ. മേല്പറഞ്ഞ നിർമ്മിതികൾ ഒന്നിച്ച് നായകനെ കുഴയ്ക്കുന്നുമുണ്ട് എന്നതിനാൽ സങ്കീർണ്ണതയേറുകയാണ്. രതിയോടുള്ള സമൂഹനീതിശാഠ്യങ്ങളും നിലവിലുള്ള നിയമങ്ങളും പരാജയപ്പെടുത്തുന്ന നായകന്റെ ആത്മസംഘർഷങ്ങളിൽക്കൂടിയാണ് ചില ദാരുണ സത്യങ്ങളും വ്യക്തിയിൽ ഏല്പിക്കുന്ന അപമാനങ്ങളും സംവിധായകൻ വെളിവാക്കുന്നത്. അവസാനം നായകന്റെ പേരു സൂചിപ്പിക്കുന്നതുപോലെ അമുദവൻ-അമൃതവൻ എന്നതിന്റെ തമിഴ് രൂപം, നെടുനാൾ ജീവിച്ചിരിക്കുന്നവൻ -എന്ന പദവിയിൽ എത്തുന്നുമുണ്ട്. സമൂഹകാർക്കശ്യങ്ങൾക്കെതിരെ പൊരുതി ജയിക്കുന്ന ചുരുക്കം ചില വ്യക്തികൾ സ്വൈരം സമ്മേളിക്കുന്ന രംഗത്തോടെ സിനിമ തീരുന്നു.

അമുദവൻ ഒരു സാധാരണ മനുഷ്യനാണ്, ഒരു ടാക്സി ഡ്രൈവർ. ഒരു “ആല്ഫ മെയിൽ” ആകാനുള്ള കോപ്പുകളൊന്നും കൈവശമില്ലാത്ത

അതിസാധാരണക്കാരൻ തന്നെ അയാൾ. മമ്മൂട്ടിയെത്തന്നെ ഈ റോൾ ഏല്പിച്ചതിൽ ഒരു വിരുദ്ധ കാവ്യനീതി കണ്ടെങ്കിൽ തെറ്റില്ല. ഭർത്താവ് എന്ന നിലയ്ക്ക് തികച്ചും തോല്‌വിയാണയാൾ. എട്ടു കൊല്ലത്തിനിടയിൽ ഗൾഫിൽനിന്നും നാട്ടിൽ വന്നിട്ടുള്ളത് കുറച്ചു ദിവസങ്ങൾ മാത്രം. അച്ഛൻ എന്ന നിലയിലും ഇതുതന്നെ. അമുദവൻ ഭർത്താവ്, അച്ഛൻ എന്നീ സമൂഹനിർമ്മിതി (social construct)കളുടെ തനിമ കണ്ടുപിടിക്കുന്ന രീതിയിലാണ് കഥ മുന്നേറുന്നത്. ഈ രണ്ട് നിലകളേയും ഖണ്ഡിക്കുന്ന കഥാസന്ധികളിലൂടെയാണ് അമുദവന്റെ തിരിച്ചറിവുകൾ പുരോഗമിക്കുന്നത്. ഈ ബോധജ്ഞാനം സമൂഹം കല്പിച്ചരുളിയ മൂല്യങ്ങളെ ചോദ്യം ചെയ്യുന്നതും നീതിബോധങ്ങളുടെയും അവയുടെ സാംഗത്യങ്ങളുടെയും പൊള്ളത്തരം മറകൾക്കിപ്പുറം പ്രതിഷ്ഠിക്കുന്നവയുമാണ്

ദാമ്പത്യത്തിലെ സങ്കീർണ്ണതയും ചതിക്കുഴികളും

എന്തുകൊണ്ടാണ് അമുദവന്റെ ജീവിതത്തിൽ ഭാര്യ അപ്രസക്തമാകുന്നത്? അയാളുടെ ജീവിതത്തിൽനിന്നു മാത്രമല്ല സിനിമയിലെ സീനുകളിൽനിന്നും മാറ്റപ്പെട്ടിരിക്കുന്നു അവൾ. അവൾക്ക് ഒരു രൂപം നിർമ്മിച്ചുകൊടുത്താൽ കൂടുതൽ വെറുക്കപ്പെട്ടവളായിത്തീരുമോ എന്ന ശങ്ക സംവിധായകനു ഉണ്ടായിരുന്നിരിക്കണം. കാരണം ഭർത്താവിനെ മാത്രമല്ല നിരാലംബയായ മകളേയുമാണവൾ വിട്ടുപോയിരിക്കുന്നത്. എന്നാൽ അമുദവനു ചില സത്യങ്ങൾ മനസ്സിലായതോടെ യാതൊരു പരാതിയോ പരിഭവമോ ഇല്ല. കഥാഗതി അവൾക്ക് പുതിയ രൂപവും ഭാവവും നല്കിയിട്ടുണ്ട്. അവളെ വിചാരണ ചെയ്യാൻ സിനിമ ആവശ്യപ്പെടുന്നതുമില്ല. പാപ്പയുടെ അമ്മ, അമുദവന്റെ ഭാര്യ തങ്കം അല്ല

ഇന്നവൾ. സ്റ്റെല്ല ആണ്. മറ്റൊരു കൊച്ചുകുഞ്ഞിന്റെ അമ്മയും. പാപ്പയുടെ അമ്മ എന്ന പദവി അവൾക്കില്ല എന്ന് സൂചിപ്പിക്കുന്നത് അമുദവന്റെ ചില ആത്മഗതങ്ങളിൽക്കൂടിയാണ്. "അവൾ പാപ്പയെക്കുറിച്ച് ഒരു തവണയെങ്കിലും അന്വേഷിച്ചിരുന്നെങ്കിൽ ഞാൻ ചില അപേക്ഷകൾ നിരത്തിയേനേ' എന്നാണിത്. ഇപ്പഴത്തെ കുഞ്ഞ് "നോർമൽ" ആണെന്ന് സ്റ്റെല്ല (തങ്കം)യുടെ ഭർത്താവ് സാക്ഷ്യപ്പെടുത്തുന്നതിലൂടെ പാപ്പയുടെ അസുഖത്തിനു അവൾ ഉത്തരവാദിയേ അല്ല എന്ന് സൂചിപ്പിക്കുന്നു. ഭാര്യ മരിച്ച ഭർത്താവ് കുഞ്ഞിനെ നോക്കാൻ മറ്റുള്ളവളെ സ്വീകരിക്കുന്ന പഴയ തമിഴ് സിനിമാ ക്ലീഷേ വന്നു ഭവിക്കാതിരിക്കാൻ സംവിധായകൻ ശ്രദ്ധിച്ചിരിക്കുന്നു. ഇത് ഭർത്താവ് എന്ന പദവിയുടെ പുനർനിർവ്വചനവുമാണ്. കുഞ്ഞുങ്ങളെ സംരക്ഷിക്കാനും വളർത്താനുമാണ് ഭാര്യയും ഭർത്താവും യോജിക്കുന്നത് എന്ന പരിണാമനീതി ഭേദിപ്പിക്കപ്പെടുകയാണിവിടെ. ഭർത്താവ് എന്നതിന്റെ പുതിയ നിർവ്വചനത്തിലേക്ക് എടുത്തെറിയപ്പെടുകയാണ് അമുദവൻ.

ഇതിനു മുൻപ് തന്നെ ഭാര്യ/ഭർത്താവ് നിർവ്വചനങ്ങൾ മാറിപ്പോയ അവസ്ഥയിൽ ഇയാൾ എത്തപ്പെട്ടിട്ടുണ്ട്. മകളുമായി നന്നായി ഇണങ്ങുന്നതും വീട്ടിലെ കാര്യങ്ങളിൽ ശുഷ്കാന്തിയുള്ളവളുമായി വിജയലക്ഷ്മി സ്ഥാനം നേടിയപ്പോൾ അവളെ സർവ്വാത്മനാ സ്വീകരിച്ചവനാണയാൾ. മുൻ ദാമ്പത്യസംബന്ധിയായ ചില വിഭ്രാന്തികൾ ഉറക്കത്തിൽ വന്നു ചേരുന്നത് അയാൾ മനസ്സിലാക്കുന്നത് വിജയലക്ഷ്മി അത് പ്രത്യേകം സൂചിപ്പിച്ചപ്പോഴാണ്. അവളുമായുള്ള രതിയിലേക്കാണ് ഇത് നയിക്കുന്നത്.

റാം

ഇന്നലെ രാത്രി എന്തു നടന്നു എന്ന് വീണ്ടും വീണ്ടും ഉയർത്തുന്ന ചോദ്യത്തിലൂടെയാണ് ഇന്നലെ രാത്രി "അത്" നടന്നു എന്നത് തീർച്ചയാക്കുന്നത്. ഈ രതിസംഭവം ശ്രദ്ധിക്കണമെന്ന് സംവിധായകനു നിർബ്ബന്ധമുള്ളതുപോലെയാണ് ആവർത്തിച്ചുള്ള ഈ സമർത്ഥനം. തന്നിലെ രത്യോന്മുഖത്തെ തിരിച്ചറിഞ്ഞ അമുദവൻ അവളെ കല്യാണം കഴിക്കുകയാണ്. പുതുതായിക്കിട്ടിയ ഭർത്താവ് പദവി അയാളെ ഏറെ സന്തുഷ്ടനാക്കുന്നുമുണ്ട്. പക്ഷേ, ഇത് ഒരു വൻ കള്ളക്കളിയുടേയും ചതിയുടേയും ഭാഗമായിരുന്നു എന്നതും അയാൾ ഒരു ഭർത്താവേ അല്ലായിരുന്നു എന്നതും ശുദ്ധസത്യമായി വെളിവാക്കപ്പെടുകയാണ് അധികം

താമസിയാതെ. ആ വിവാഹം പോലും നിയമപരമല്ലായിരുന്നു എന്ന അറിവും വള്ളക്കാരൻ വഴി അയാൾക്ക് കിട്ടുന്നുണ്ട്. ദാമ്പത്യം എന്ന പ്രഹസനം സമ്മാനിച്ച നിർവ്വികാരതയാണ് അമുദവനു പിന്നീട്. വീടിന്റെ സർവ്വ അവകാശവും ഒരു ചോദ്യവും ചോദിക്കാതെ വിജയലക്ഷ്മിക്ക് വിട്ടുകൊടുക്കുമ്പോൾ അയാൾക്കുള്ളത് തികഞ്ഞ നിസ്സംഗതയാണ്. പിന്നൊരിക്കൽ പാപ്പയുടെ ചില മറന്നു വച്ച സാധനങ്ങൾ എടുക്കാൻ വരുമ്പോൾ വിജയലക്ഷ്മിയുടെ കുഞ്ഞിനെയാണ് അയാൾ ശ്രദ്ധിക്കുന്നത്. മിടുക്കനായ കുഞ്ഞുള്ളതിൽ ആനന്ദിക്കുകയാണ് ചെയ്യേണ്ടത് എന്ന് പക ലേശമില്ലാതെ അയാൾ പ്രസ്താവിക്കുന്നു. ഭർത്താവ് എന്ന പദവി ഭോഷ്ക് ആണെന്ന് അറിവ് നിർമ്മമത അയാൾക്ക് നല്കുകയാണ്. കള്ളക്കളിയുടെ പിറകിലെ സത്യാവസ്ഥ എന്താണെന്ന് അറിയേണ്ടേ എന്ന് വിജയലക്ഷ്മി കരഞ്ഞുകൊണ്ട് ചോദിച്ചിട്ടും സമൂഹനീതിയുടെ ദയനീയ ഉണ്മകൾ പിടികിട്ടിയ അയാൾക്ക് ഇനി ഒന്നും അറിയേണ്ട. അയാൾ വിശ്വസിച്ച ദാമ്പത്യത്തിലെ രതിയും കള്ളക്കളിയുടെ ഭാഗമായിരുന്നു എന്ന അറിവായിരിക്കണം അച്ഛൻ എന്ന സത്യമായ വ്യക്തിത്വത്തിലേക്ക് പൂർണ്ണമായി പ്രവേശിക്കാൻ അയാളെ സമർത്ഥനാക്കുന്നത്. സ്റ്റെല്ലയായി മാറിയ തങ്കത്തിനെ കാണാൻ പോയപ്പോഴും ഒരു മുൻ ഭർത്താവ് എന്ന നിലയിലല്ല അയാൾ പെരുമാറിയത്. പാപ്പയുടെ അച്ഛൻ എന്നായി മാത്രം.

ദാമ്പത്യത്തിലെ ലിംഗപദവി (gender status) യെക്കുറിച്ചുള്ള ധാരണകൾ അപ്പാടെ മാറിമറിയുകയാണ് അമുദവനിൽ. അമ്മ എന്ന പദവിയും ഭാവവും നിരാകരിച്ചവളാണ് തങ്കം. ദാമ്പത്യത്തിലേക്ക് നയിച്ച സെക്സും ദാമ്പത്യത്തിലെ സെക്സും നിരർത്ഥകമാണെന്ന് വിജയലക്ഷ്മിയുമായുള്ള ഇടപാട് തെളിയിച്ചും കഴിഞ്ഞു. ഭർത്താവ് എന്ന വ്യക്തിത്വവും പദവിയും പല രീതിയിൽ അയാളിൽ കയറി ഇറങ്ങുകയും ചെയ്തു. അച്ഛനാകട്ടെ അമ്മയാകട്ടെ വാത്സല്യം എന്ന ഭാവം ഭർത്താവിന്റെയോ ഭാര്യയുടെയോ ഉള്ളിൽ മുൻതൂക്കം നേടാവുന്നതാണെന്നും അതിൽ ലിംഗപദവി അത്ര സാർത്ഥകമല്ലെന്നും അയാൾക്ക് അനുഭവങ്ങൾ പഠിപ്പിച്ച് കൊടുത്തിരിക്കയാണ്. ആണത്തം എന്നത് ആപേക്ഷികമാണെന്ന് തീർപ്പുകല്പിക്കാൻ അയാൾക്ക് സാധിച്ചിരിക്കുന്നു. അംഗപരിമിതികളുള്ള മകളുടെ തീണ്ടാരി സമയത്ത് ഒരു അമ്മ ചെയ്യേണ്ട/ചെയ്യാറുള്ള സാനിറ്ററി പാഡ് മാറ്റൽ അയാൾ ചെയ്യുന്നതോടെ ആണത്തം, അച്ഛൻ പദവി എന്നിവയൊക്കെ അയാളിൽനിന്ന് ഒഴിഞ്ഞു പോകുന്നു. അതുകൊണ്ടാണ് പിന്നീട് ഒരു ട്രാൻസ് ജെൻഡറിനെ സഖിയായി ഏറ്റെടുക്കാൻ അയാൾക്ക് എളുപ്പം സാധിക്കുന്നത്. ആണോ പെണ്ണോ എന്നതല്ല കാര്യം എന്നും കുടുംബവ്യവസ്ഥയിലെ ചില അവശ്യഭാവങ്ങൾക്ക് വശംവദരാകുന്നവരാണ് ജീവിതം പങ്കിടേണ്ടത് എന്നും അയാൾ

തീരുമാനിക്കുന്നതിൽ ഈ മനോഭാവത്തിനു സാംഗത്യമുണ്ട്. തന്റേയും പാപ്പയുടെയും ജീവൻ രക്ഷിച്ചത് രണ്ടാമത്തെ കാരണമായേ വരുന്നുള്ളു.. മീര അയാളുടെ 'മനൈവി" തന്നെ എന്ന് സാക്ഷ്യപ്പെടുത്താൻ അമുദ വനു മടിയില്ല. പാപ്പയും മീരയും തമ്മിൽ ലൈംഗിക ചായ്‌വുകൾ ഇല്ലെന്ന് നേരത്തെതന്നെ അമുദവൻ തീർച്ചപ്പെടുത്തിയിട്ടുണ്ടു താനും. ദാമ്പത്യ ത്തിന്റെ നീതിസംഹിതകളെപ്പറ്റി ഇനി ആരും അയാളോട് സംവദി ക്കേണ്ടതില്ല. "വിവാഹം പ്രകൃതി വിരുദ്ധമാണ്" എന്ന് പ്രഖ്യാപിച്ച സംവി ധായകനിൽനിന്ന് ഇത് പ്രതീക്ഷിക്കുന്നതിൽ അത്ഭുതമില്ല. "ആല്ഫ മെയ് ൽ" റോളുകൾ കൈകാര്യം ചെയ്യുന്ന മമ്മൂട്ടിയെപ്പോലത്തെ നടൻ ചെയ്യുന്ന കഥാപാത്രം ഒരു ട്രാൻസ്ജെൻഡറിനെ വിവാഹം കഴിച്ച് സംതൃ പ്തരായി ജീവിക്കുന്നതായി ചിത്രീകരിക്കുന്നത് ഒരിക്കലും എളുപ്പമല്ല. സംവിധായകൻ റാം വളരെ സൂക്ഷ്മതയോടെയാണ് സംഭവഗതികൾ കോർത്തിണക്കി വിശ്വസനീയമായി കഥാന്ത്യം കരുപ്പിടിപ്പിച്ചിരിക്കുന്നത്.

ഒറ്റയ്ക്കാകുന്ന സ്ത്രീയുടെ കാമപൂരണത്തിനു എന്തു വഴികൾ

മിടുക്കരായ സന്താനങ്ങൾ എന്ന ദാമ്പത്യാഭിലാഷം തീക്ഷ്ണമായി ഉള്ളിലുണ്ടെന്ന് അമുദവൻ തിരിച്ചറിയുന്നത് അയാളെ പ്രശ്നത്തി ലാക്കിയ രണ്ടു സ്ത്രീകൾ വഴി തന്നെയാണ്. രതിയെ സന്താനോല്പാ ദനോദ്ദേശത്തിൽനിന്ന് വിഘടിപ്പിച്ച മനുഷ്യനു നിരുപാധികമായ സെക്സ് സമൂഹം നിഷ്കർഷിച്ചിട്ടുമുണ്ട്. പാപ്പ ഋതുമതിയായെന്ന് അറിയു ന്നതോടെ ഇത്തരം സമസ്യകൾ അമുദവനിലേക്ക് എത്തിത്തുടങ്ങുക യാണ്. ഒറ്റയ്ക്കാകുന്ന സ്ത്രീയുടെ ലിംഗചോദന അംഗീകരിച്ച് സ്വീകരി

മമ്മൂട്ടി, സാധന

മമ്മൂട്ടി, അഞ്ജലി അമീർ

ക്കാനോ തല്ജന്യമായ കാമപൂരണത്തിനോ സമൂഹം വഴികൾ തുറക്കുന്നുണ്ടോ എന്ന പൊതു പര്യാലോചന സംവിധായകൻ സ്വന്തം അജണ്ടയിൽ കൊണ്ടുവരികയാണ്. വിവാഹം എന്നത് നിഷിദ്ധമായിപ്പോയ ആണുങ്ങൾക്ക് വേശ്യാവൃത്തി എന്ന സമൂഹനിർമ്മിതി ലൈംഗികശമനം സാദ്ധ്യമാക്കുമ്പോൾ സ്ത്രീകൾക്ക് ഇതു നിഷേധിക്കപ്പെടുന്നതെങ്ങനെയെന്ന് അമുദവന്റെ വെല്ലുവിളികളിൽക്കൂടെ സമർത്ഥിക്കപ്പെടുകയാണ്. രണ്ടു സഹോദരങ്ങളുടെ സംഭാഷണം വഴി ആണുങ്ങളുടെ ലോകത്ത് വേശ്യാസംഗമം അത്യാവശ്യമായി വരുന്നത് വിശദമാകുന്നുണ്ട്. പാപ്പയുടേതുപോലെയല്ലെങ്കിലും സമാനമായ മാനസികവൈകല്യമുള്ള അനിയനു വിവാഹം അസാദ്ധ്യമാണെന്ന് അവനോടൊപ്പം താമസിക്കുന്ന ചേട്ടൻ പറയുന്നുണ്ട്. കാമശമനം വേശ്യകൾ വഴി മാത്രമേ സാധിക്കുകയുള്ളു എന്ന് അയാൾ തുറന്നു സമ്മതിക്കുന്നുണ്ട്. അയാൾ സംരക്ഷിക്കുന്ന അനിയന്റെ ഈ സ്ഥിതി കാരണം അയാൾക്കും കല്യാണം കഴിക്കാൻ സാധിക്കാത്ത സ്ഥിതിയാണ്. വിവാഹം എന്നതിന്റെ പൊതുസമ്മതിയാർജ്ജിച്ച നിർവ്വചനത്തെ ചോദ്യം ചെയ്യുകയാണിത്. സഹജജ്ഞാനം അല്ലെങ്കിൽ ഉൾ ചോദനയാണ് രത്യോന്മുഖത. അത് വിവാഹം എന്ന കെട്ടുപാടിനുമപ്പുറമാണ്. വേശ്യാവൃത്തി ലോകത്തെ ഏറ്റവും ആദ്യമുണ്ടായ ജോലി ആയത് ഇപ്രകാരമാണ്. Prostitution is the world's oldest profession എന്ന് പഴമൊഴി. സ്ത്രീകൾക്ക് അങ്ങനെയൊരു തുറസ്സ് നിഷേധിക്കപ്പെടുന്ന ഇരട്ടത്താപ്പ് സമൂഹനീതിയും അമുദവനു പിടികിട്ടുകയാണ്. പെൺകുട്ടികളിൽ ഉണരുന്ന ലൈംഗികാഭിനിവേശത്തെക്കുറിച്ച് ഉപദേശങ്ങളും അയാൾക്ക് ലഭിക്കുന്നു. അത് തികച്ചും ഗോപ്യമാക്കി വയ്ക്കേണ്ടതാണ് എന്നതാണ് ലിംഗരാഷ്ട്രീയത്തിന്റെ ഒന്നാം പാഠം. അതുകൊണ്ടാണ് പരസ്യമായി മാസ്ചർബേറ്റ് ചെയ്ത പാപ്പയെ അടിച്ചു

നിലം പരിശാക്കേണ്ടത് ആവശ്യമായി വന്നത്. ശരീരത്താകമാനം ചോര യൊലിപ്പിച്ച് അവശയായിക്കിടക്കുന്ന പാപ്പയുടെ മുറിവുകളിൽ തലോടുന്ന അമുദവനു ലൈംഗികനീതികളിലെ വിശ്വാസം പാടേ നഷ്ടപ്പെടുകയാണ്. ഈ ഒരു രംഗനിർമ്മിതിക്ക് വേണ്ടിയാണ് മാനസിക വൈകല്യമുള്ള ഒരു പെൺ കഥാപാത്രത്തെ സംവിധായകൻ സൃഷ്ടിച്ച തെന്ന് തോന്നിയാൽ തെറ്റു പറയാനാവില്ല. ഒരു ആൺ വേശ്യയെ തേടുകയാണ് അയാൾ കാണുന്ന പോംവഴി. (ഈ ആശയത്തിനു ഒരു മുൻകൂർ ജാമ്യം എന്ന നിലയ്ക്കായിരിക്കണം ആൺ ശക്തിയുടെ പ്രതീക മായ കുതിരയെ അയാൾ നേരത്തെ പാപ്പയ്ക്ക് സമ്മാനമായി കൊണ്ടു വരുന്നത്). എന്നാൽ ഇനി കുതിരയെ വാങ്ങിച്ചു കൊടുത്ത് സന്തോഷി പ്പിക്കാൻ പറ്റുകയില്ല അവളെ. ട്രാൻസ്ജെന്റർ ലൈംഗികത്തൊഴിലാളി യായ മീരയ്ക്ക് പോലും ഇക്കാര്യത്തിൽ അയാളെ അധികം സഹായി ക്കാൻ സാധിക്കുന്നില്ല. വേശ്യാലയനടത്തിപ്പുകാരിയോട് കാര്യം തുറന്നു പറയുന്നു അയാൾ. സ്വന്തം മകൾക്കു ആൺ വേശ്യയെ കൊണ്ടെക്കൊ ടുക്കാൻ ശ്രമിക്കുന്ന അയാൾക്ക് ചെവിട്ടത്ത് അടിയാണു കിട്ടുന്നത്. സ്വന്തം മകൾക്കുവേണ്ടി അച്ഛൻ തന്നെ വന്നിരിക്കുന്നു! വേശ്യകളുടെ ധാർമ്മികതയിലും അങ്ങനെയൊരു അച്ഛൻ ഇല്ല., മകൾക്ക് ലൈംഗിക നിറവേറലിനു സാദ്ധ്യതകൾ ആരായുന്ന അച്ഛൻ. അത് അച്ഛന്റെ കർമ്മപദ്ധതിയിൽ പെടുത്തേണ്ടതല്ല. അമുദവനു കിട്ടിയ ആ അടിയുടെ നീതിയും സാംഗത്യവും അന്വേഷിക്കാനാണ് സംവിധായകൻ നമ്മോട് ആവശ്യപ്പെടുന്നത്. അവളെ അടിച്ച് നിലം പരിശാക്കുകയാണു വേണ്ട തെന്ന് വ്യംഗ്യമായിട്ടല്ല സൂചിപ്പിക്കപ്പെടുന്നതും. അച്ഛൻ, മകൾ, മകളുടെ ലൈംഗികത എന്നത് ഒറ്റവരയിൽ കൊണ്ടുവരാൻ നിയുക്തനായ അയാ

മമ്മൂട്ടി

സാധന

അഞ്ജലി അമീർ

ളിൽ ഒരു ലിംഗരാഷ്ട്രീയനീതികളും സഹായത്തിനു എന്നല്ല, ഒരു സൂചനയായിപ്പോലും എത്തുന്നില്ല. നിരാലംബയായ സ്ത്രീയുടെ കാമപൂരണം എന്നത് സമൂഹം ചിന്തിക്കേണ്ടതേ അല്ലാ എന്നാണ് ലിംഗനീതിത്തീർപ്പുകൾ. വാത്സല്യത്തിന്റേയും ദയയുടേയും കഥയാണെന്ന് തെറ്റിദ്ധരിക്കപ്പെടുന്ന വിധം സിനിമാ നിർമ്മിച്ചെടുത്ത സംവിധായകന്റെ വൻ വിജയമാണ് ഈ ലിംഗനീതികളിലെ ദോഷ്ക്കും അതിന്റെ പാപ്പരത്തവും വെളിവാക്കുന്ന ഈ സന്ദർഭചിത്രീകരണങ്ങൾ. ഇന്ത്യൻ സിനിമയിൽ ആദ്യമായി ഇത്തരം വെല്ലുവിളികളായുള്ള ദൃശ്യവ്യവസ്ഥകൾ ഇണക്കിയ സംവിധായകന്റെ ചങ്കൂറ്റം അപാരം തന്നെ.

ആണും പെണ്ണും, അവരുടെ ലൈംഗികത ഇവയൊക്കെ നടുവിലൂടെ വരയിട്ട് രണ്ടായി തിരിക്കുന്നതിലെ നിരർത്ഥകത വീണ്ടും ചർച്ച ചെയ്യപ്പെടണമെന്ന ആവശ്യവുമായി സംവിധായകൻ എത്തുന്നത് "ആണാഹി പെണ്ണാഹി നിന്താനവൻ" എന്ന പഴയ പാട്ടിലെപ്പോലെ ഒരു ട്രാൻസ് ജെൻഡറിനെ കഥയിൽ സന്നിവേശിപ്പിച്ചാണ്. സെക്സ് വർക്കറായ അവളെ യാദൃച്ഛികമായി അയാൾ പരിചയപ്പെട്ടതാണെങ്കിലും അവർ തമ്മിൽ ചില സാജാത്യങ്ങൾ ഉണ്ടെന്ന രീതിയിൽ സുഹൃത്തുക്കൾ ആകുകയാണ്. ഭർത്താവ് എന്ന പദവിയിൽ അയാൾ പരാജയമാണെന്ന് രണ്ട് തവണ തീർപ്പ് കല്പിച്ചിരിക്കുന്നു. തൃപ്തിയോടെ ഏർപ്പെട്ട സെക്സ് പോലും കള്ളക്കളിയുടെ ഭാഗമായിരുന്നു. അച്ഛനും അമ്മയുമായി മാറി മാറിക്കളിക്കുന്നവനാണ് അമുദവൻ. ഇത്തരം തിരിച്ചറിവുകളായിരിക്കണം മീരയെ വിവേചനഭാവമില്ലാതെ അയാൾ സുഹൃത്തായി കാണുന്നത്. ആൺ-പെൺ നിർവ്വചനത്തെയും ലൈംഗികതയെയും ലിംഗനീതികളേയുംപറ്റി ഒക്കെ ദൃഢവും നിർമ്മലവുമായ അറിവുകൾ ഉണ്ടായിരിക്കണം ഒരു ട്രാൻസ്ജെൻഡർ സെക്സ് വർക്കറിനു. ആൺ പെൺ വ്യത്യാസമില്ലാത്ത ലൈംഗികതയുടെ ഏകശിലാരൂപമാണവർ. മീരയ്ക്ക് ആഢ്യത്തവും കല്പിച്ചു നല്കിയിട്ടുണ്ട് സംവിധായകൻ. അമുദവൻ അവളെ ഒരു റെസ്റ്റോറന്റിലേക്ക് ക്ഷണിച്ചപ്പോൾ വീതിയുള്ള കസവുള്ള സെറ്റ് സാരിയും ബ്ലൗസുമണിഞ്ഞ് തികഞ്ഞ ആത്മവിശ്വാസത്തോടെയാണവൾ പ്രത്യക്ഷപ്പെടുന്നത്. ഓണത്തിനും വിഷുവിനുമൊക്കെ പ്രത്യേകം ധരിക്കുന്ന വേഷമാണിതെന്ന് മലയാളിയായ അവൾ അമുദവനെ ധരിപ്പിക്കുന്നുമുണ്ട്. മകളുടെ സെക്സിനെക്കുറിച്ച് വേവലാതിയുള്ള അച്ഛനെയാണ് സന്ധിക്കുന്നത് എന്ന് മീരയ്ക്ക് നന്നായറിയാം. പൊതുസമൂഹം അവളെ അതിലെ ഒരംഗമായി സ്വീകരിച്ചു കാണുന്ന അപൂർവ്വ വേള ആയിരുന്നിരിക്കണം അവൾക്ക്. സ്വതവേ ട്രാൻസ് ആയിപ്പിറന്നവരുടെയും ശസ്ത്രക്രിയയിലൂടെയും മറ്റും ലിംഗമാറ്റം നേടിയവരുടെയും വ്യക്തിത്വത്തെക്കുറിച്ച് ആശങ്കകൾ പങ്കുവയ്ക്കുന്ന സിനിമകൾ ചിലവ ഉണ്ടായിട്ടുണ്ടെങ്കിലും അവരുടെ ലൈംഗികതയെ വ്യക്തിത്വത്തിൽനിന്ന് മാറ്റി നിർത്തി പരിശോധിക്കുന്ന സിനിമകൾ നമുക്കധികമില്ല.

സമൂഹം കൈയൊഴിഞ്ഞ അമുദവനേയും പാപ്പയേയും എന്തുകൊണ്ട് ഒരു ട്രാൻസ്ജെൻഡർ രക്ഷപ്പെടുത്തണം? ഒന്നാമതായി അവൾ പാപ്പയെ ആണ് രക്ഷപ്പെടുത്തുന്നത്. ലിംഗഭേദങ്ങളില്ലാത്ത നൈസർഗ്ഗികതയെക്കുറിച്ച് അറിവുള്ളവളാണവൾ. സ്വന്തം ജീവിതത്തിൽ മരണത്തെക്കുറിച്ച് ചിന്തിക്കേണ്ടി വന്നവളായിരിക്കണം അവൾ. സമൂഹം നിഷ്കർഷിക്കുന്ന രീതിയിൽ ലിംഗപദവിയും രത്യോന്മുഖതയും ഏറ്റെടുത്തവളല്ല അവൾ.. രണ്ടാമതായി ആണിനെയും പെണ്ണിനെയും ഒരുപോലെ അകമേയും പുറമേയും മനസ്സിലാക്കിയവളാണ് മീര. അമുദവനും അതുപോലെ തന്നെ. അയാൾ കടന്നുപോയ പ്രതിസന്ധികളുടെ ദയനീയത ഉൾച്ചേർക്കാൻ അറിയുന്നവൾ. പാപ്പയേയും അയാളേയും മനസ്സിലാക്കാൻ കഴിയുന്നവൾ അവൾ മാത്രമേ ഉള്ളൂ.

പ്രകൃതിയുടെ നിലപാടുകളുടെ പരിണതിയാണ് സ്വകാര്യമായതോ പൊതുവായതോ ആയ ജീവിതങ്ങൾ എന്ന് സമർത്ഥിക്കാനാണു സംവിധായകനു താല്പര്യം. പ്രകൃതി എന്നതുകൊണ്ട് ഫിസിയോളജിയും ജെനറ്റിക്സും ഉൾപ്പെടുന്ന ആന്തരിക സ്വഭാവങ്ങളോ, വായുവും വെള്ളവും മണ്ണും ഇക്കോസിസ്റ്റങ്ങളും അടങ്ങുന്ന പ്രകൃതിയോ, സമൂഹത്തിന്റെ കാഴ്ചപ്പാടും വാശികളും വൈകൃതങ്ങളും വിവക്ഷിക്കുന്ന പ്രകൃതിയോ എന്നത് മാറിമറിയുന്നതും ക്ഷണപ്രഭാചഞ്ചലങ്ങളും ആണെന്നാണ് അമുദവൻ എഴുതുന്ന പുസ്തകത്തിൽ വിദിതമാക്കപ്പെടുന്നത്. ഇവയുടെ എല്ലാം സങ്കലന വ്യവകലനങ്ങൾ അനുഭവിച്ചറിഞ്ഞവനാണ് അയാൾ. അതുകൊണ്ടുതന്നെ സ്വന്തം സ്വാസ്ഥ്യത്തിനും സ്വൈരത്തിനും അനുകൂലമായ പ്രകൃതി അയാൾ നേടുന്നുണ്ട്, അത് അയാൾക്ക് ആനന്ദം നല്കുന്നുമുണ്ട് എന്ന് സിനിമയുടെ അവസാനരംഗങ്ങൾ സമർത്ഥിക്കുകയും ചെയ്യുന്നു. എന്നാൽ വിധികല്പിതമലംഘനീയം എന്ന നിയതിവാദം (fatalism) ഇതിൽ തേടേണ്ടതില്ല എന്നായിരിക്കണം സംവിധായകൻ ആവശ്യപ്പെടുന്നത്.

വൈറസ് സിനിമ ഫലിപ്പിക്കുന്നത്

സാങ്കേതികത മുറ്റിനില്ക്കുന്ന സിനിമയാണ് *വൈറസ്*. നിപ്പ വൈറസിനെ നമ്മൾ നേരിട്ട നേർചരിത്രത്തിന്റെ ആഖ്യാനമാകുമ്പോൾ സിനിമ അങ്ങനെ ആകേണ്ടതുണ്ട്. മലയാളികൾ ഏറെ കണ്ടിരിക്കുന്നു ഈ സിനിമ. ജനസമ്മതി ചില്ലറയല്ല ലഭിച്ചത്. ഒരു ഹോളിവുഡ് സിനിമയുടെ കെട്ടും മട്ടും സ്വാംശീകരിച്ച സിനിമ ആകൃഷ്ടതരം ആകുന്നതിൽ അത്ഭുതമില്ല, കണ്ടറിഞ്ഞ കാര്യങ്ങളാകുമ്പോൾ വിശ്വസനീയത ഏറുന്നുണ്ടു താനും. സിനിമയ്ക്ക് കിട്ടിയ അംഗീകാരം മലയാളിയുടെ പൊതുബോധത്തിന്റെ നിദർശനമാണ് തീർച്ചയായും.

നമുക്ക് പരിചയമുള്ള സിനിമക്കഥയല്ല ഇതിനുള്ളിൽ. നായകനോ നായികയോ സംഘർഷാത്മക മെലോഡ്രാമകളോ ഇല്ല. പാട്ടോ കാല്പനിക ദൃശ്യചാരുതകളോ നിബന്ധിച്ചിട്ടില്ല. ജനങ്ങളുടെ കൂട്ടായ്മയുടെ വിജയം എന്നത് പൊതുസൈക്കിനെ തൃപ്തിപ്പെടുത്തുന്നതായതുകൊണ്ട് സത്യമായും പരസ്പരസഹായത്തിന്റേയും പൊരുതലിന്റേയും അവ്യയാംശങ്ങൾ ത്രസിപ്പിക്കുന്നതാണു താനും. ആരോഗ്യരംഗത്ത് പ്രവർത്തിക്കുന്നവരുടേയും ഭരണകൂടത്തിന്റേയും ചടുലമായ പ്രവർത്തനങ്ങളും നിശ്ചയദാർഢ്യവും നിപ്പയെ കീഴടക്കാൻ സഹായിച്ചു എന്നത് സാമൂഹിക-രാഷ്ട്രീയ ചരിത്രത്തിലെ സുവർണ്ണലിപിയാലങ്കിതമായ ഏട് ആയി ഗണിക്കപ്പെടുകയും ചെയ്യും. കലുഷിതവും വിഘടിതവും ആയ രാഷ്ട്രീയവും ഭരണകൂടത്തിന്റെ നിസ്സംഗതയും പരിചയിച്ചും അനുഭവിച്ചും നിസ്സഹായരെന്ന് സ്വയം ധരിച്ചുവശായ ജനതയ്ക്ക് ആശാവഹമായ ഒരു തുറസ്സ് നല്കലുമായിരുന്നു നിപ്പ വൈറസിനെ തുരത്തിയ ഘട്ടം. ലോകമെങ്ങും പല ശാസ്ത്രമാഗസിനുകൾ ഉൾപ്പെടെ-ഇത് പ്രധാന

RIMA KALLINGAL PRESENTS
FEAR
FIGHT
SURVIVAL
വൈറസ്
DIRECTED BY AASHIQ ABU
PRODUCED BY AASHIQ ABU, RIMA KALLINGAL WRITTEN BY MUHSIN PARARI, SHARAFU SUHAS DOP RAJEEV RAVI
MUSIC SUSHIN SHYAM EDITED BY SAIJU SREEDHARAN PRODUCTION DESIGN JOTHISH SHANKAR SOUND DESIGN AJAYAN ADAT
EXECUTIVE PRODUCER ABID ABU, WAZIM HYDER PRODUCTION CONTROLLER BENNY KATTAPANA MAKE UP RONEX XAVIER
COSTUME SAMEERA SANEESH CHIEF ASSOCIATE DIRECTOR HARISH THEKKEPPAT STILLS JAN JOSEPH GEORGE DESIGN POPKON

വാർത്തയായി പ്രസിദ്ധീകരിക്കുകയും ചെയ്തു, മൂന്നാം ലോകരാജ്യങ്ങൾക്കും സങ്കീർണ്ണസാങ്കേതികജ്ഞാനവും അനുബന്ധിതമായ ക്രിയാപടുത്വവും സാദ്ധ്യമാണെന്ന് തെളിയിച്ചുകൊണ്ട്.

ഇന്ത്യൻ സിനിമയുടെ വിജയം നിശ്ചയിക്കുന്നത് പൊതുവായി അതിലെ വിനോദമൂല്യങ്ങളിൽ അധിഷ്ഠിതമായ മൂലകങ്ങളാണ്. നായകന്റേയോ നായികയുടേയോ വിജയം തന്മയീഭാവത്തിലൂടെ കാണിയുടെ വിജയമായി സ്വയം സമർത്ഥിക്കുന്നത് ഇതിന്റെ പ്രധാനഭാഗമാണ്. ആ കാഴ്ചപ്പാടിലാണെങ്കിൽ വൈറസിന്റെ പകർച്ച തടയുക, രോഗബാധിതരെ രക്ഷപ്പെടുത്തുക എന്നീ കാര്യങ്ങൾ ആരോഗ്യരംഗത്തുള്ളവരുടെ വിജയമായി സിനിമ ഗംഭീരമായി വെളിവാക്കുന്നുണ്ട്. പ്രതികൂലസാഹചര്യത്തിനെതിരെ പൊരുതി ജയിക്കുക എന്ന സ്ഥിരം സിനിമാക്കഥയുടെ അംശവുമുണ്ട്, ചില കഥാപാത്രബിംബവല്ക്കരണങ്ങളോടൊപ്പം. സംഭവചരിത്രം–അതും അതി വിദൂരമല്ലാത്തത്–ആയതിനാൽ വിശ്വാസയോഗ്യതയുമുണ്ട്. *വൈറസി*ന്റെ വിജയത്തിന്റെ അടിസ്ഥാനം ഇഷ്ടതാരങ്ങൾ–അതും ഒരു നിര ഉണ്ട്–കണ്ണും കരളും നിറച്ചു എന്നതും ശരിയാണ്. സിനിമയുടെ ജനസമ്മതിയുടെ കാതൽ ഈ വിനോദമൂലകം ആണെന്ന് വാദിച്ചാൽത്തന്നെ അതിലപ്പുറം ചില കാര്യങ്ങൾ ഈ സിനിമയുടെ വിജയം നിർവ്വഹിക്കുന്നുണ്ട് എന്ന സത്യവും അംഗീകരിക്കേണ്ടതുണ്ട്. ഈ കാലഘട്ടത്തിൽ ഈ പ്രമേയം ആവേശം കൊള്ളിച്ചിരിക്കുന്നു എന്നതാണത്. തീർച്ചയായും ശാസ്ത്രത്തിന്റെ വിജയമാണ് ഘോഷിക്കപ്പെടുന്നത്.

സിനിമയിലെ ശാസ്ത്രം– ആരുടെ ജയം?

ഒരു രോഗലക്ഷണം നിരീക്ഷിക്കപ്പെടുന്നതു മുതൽ അത് പൂർണ്ണമായും നിയന്ത്രണത്തിലാക്കുന്നതുവരെയുള്ള സംഭവങ്ങൾ ശാസ്ത്രീയമായി അവതരിപ്പിക്കുകയാണ് സിനിമ ചെയ്യുന്നത്. ഒരു അനുമാനം (hypothesis) നിർമ്മിച്ചെടുക്കുകയും (നിപ്പ വൈറസ് ആയിരിക്കാം എന്നത്) അത് തെളിയിക്കാൻ വേണ്ട പരീക്ഷണങ്ങൾ ചെയ്യുകയും നിപ്പ ആണെന്ന് സ്ഥിരീകരിക്കുകയും ചെയ്യുന്നത്— hypothesis driven (വസ്തുതകളുടെ വെളിച്ചത്തിൽ തെളിയിക്കപ്പെടേണ്ട അനുമാനം) and evidence based (തെളിവുകളിൽ അടിസ്ഥാനപ്പെടുത്തിയ)—ശാസ്ത്രത്തിന്റെ രീതികൾ തന്നെയാണ്. ഇന്ത്യൻ സിനിമയിൽ ശാസ്ത്രം സന്നിവേശിപ്പിച്ച് വിവരണങ്ങൾ നല്കുന്നത് സാധാരണ വിഡ്ഢിത്തങ്ങൾ വിളമ്പിയാണ്, പ്രേക്ഷകർ മൂഢരോ അല്പബുദ്ധികളോ ആണെന്ന ധാരണയിൽ. മാനസികരോഗങ്ങളുടെയോ ക്യാൻസറിന്റെയോ കാരണങ്ങളെക്കുറിച്ചോ ആൽസൈമേഴ്സ് ബാധിച്ചവരുടെ പെരുമാറ്റരീതികളെക്കുറിച്ചോ തെല്ലും വെളിവില്ലാത്ത രീതിയിലാണ് അവതരണം (*തന്മാത്ര*

ഉദാഹരണം). ഷ്കൈസോഫ്രീനിയ ബാധിച്ച ആളിന്റെ പ്രപിതാമഹർ ചെയ്ത തെറ്റിന്റെ ശിക്ഷയാണിത് എന്ന് ഡോക്ടർ തന്നെ വന്ന് പ്രഖ്യാപിക്കുന്ന സിനിമ നമ്മൾ ഈയിടെ കണ്ടതാണ് (*പത്താം നിലയിലെ തീവണ്ടി*). സിനിമയിലെ ശാസ്ത്രത്തിനു കൃത്യത ആവശ്യ മില്ലെന്ന് നിർമ്മാതാക്കളും പ്രേക്ഷകരും ഒരുമിച്ച് തീരുമാനമെടുത്ത മട്ടിലാണ് കാര്യക്രമനിദർശനങ്ങൾ. അതിനു വിപരീതമായ *നിയോജ നവ്യവസ്ഥകളാണ് വൈറസ്* സിനിമ ഉല്പന്നമാക്കുന്നത്. യഥാതഥമായ ആശുപത്രിരീതികളും മെലോഡ്രാമയുടെ തീവ്രതകുറച്ചുള്ള കഥാ ഗതിയും സംഭവഗതികളും ശാസ്ത്രവിഷയം കൈകാര്യം ചെയ്ത് പൊതു ജനങ്ങളെ ബോദ്ധ്യപ്പെടുത്താൻ ഉപകരിച്ചിട്ടുണ്ട്. കഥാപാത്രങ്ങളിൽ ത്തന്നെ ഒതുക്കി നിർത്തപ്പെട്ട വൻ താരനിര ഗ്ലാമറാലല്ല ശ്രദ്ധയാ കർഷിക്കുന്നത്. പ്രമേയത്തെ സംകേന്ദ്രിതമായി നിലനിർത്താനും അതിന്റെ ഗൗരവത്തിനു ചോർച്ച വരാതിരിക്കാനും ഇത് സഹായകമായി എന്ന് മാത്രമല്ല നിലവിലുള്ള സിനിമാ സങ്കല്പങ്ങളിൽനിന്ന് വിട്ടുമാറി ഹോളിവുഡ് രീതിയിൽ ശാസ്ത്രാന്വേഷണകഥയായി അവതരിപ്പി ക്കാനും ഇത് ഇടയാക്കി.

പിന്തിരിപ്പൻ ചിന്തകൾകൊണ്ട് മലീമസമായ മലയാളി സമൂഹത്തി ലേക്കാണ് ഈ സിനിമ ഇറക്കി വിട്ട് വിജയം നേടിയതെന്നതാണ് ഇവിടെ ശ്രദ്ധിക്കേണ്ടത്. സിനിമയുടെ വിജയം ശാസ്ത്രചിന്തയുടെ വിജയവും കൂടിയായാണ് കണക്കാക്കപ്പെടേണ്ടത്. സാങ്കേതികതയുടെ ആധുനിക ചിന്താപദ്ധതികൾ നല്കുന്ന സൗജന്യങ്ങളും സൗഭാഗ്യങ്ങളും അനുഭ വിച്ചുകൊണ്ട് തന്നെ ശാസ്ത്രത്തെ നിരാകരിക്കാനുള്ള താല്പര്യ പ്രവൃത്തികൾ ഇന്ത്യൻ സമൂഹത്തിൽ ഇന്ന് വേരോടിയിരിക്കുന്നത് ആഴത്തിലാണ്. ജേക്കബ് വടക്കഞ്ചേരിയും മോഹനൻ വൈദ്യരും മുൻ ഡി ഐ ജി അലക്സാണ്ടർ ജേക്കബ്ബും ഇന്ന് ഒരു വൻപറ്റം ആരാധകരെ ആണ് നയിക്കുന്നത്. മേല്പറഞ്ഞവരുടെ ജല്പനങ്ങൾ വേദവാക്യമെന്ന് വിശ്വസിക്കുന്നവരെ വാട്സ് ആപ്പ്, ഫെയ്സ് ബുക്ക് എന്നിവിടങ്ങളിലൊക്കെ ധാരാളം കാണാം. നിപ വൈറസ് എന്നൊന്ന് ഇല്ലെന്നും മാമ്പഴം കടിച്ച് അത് തെളിയിക്കാനും ഒരുമ്പെട്ടു മോഹനൻ വൈദ്യർ. ശാസ്ത്ര ചിന്തയിൽനിന്ന് വേർപെടുത്തി അന്ധവിശ്വാസങ്ങൾ ഉറപ്പിച്ചെടുക്കാൻ തീവ്രമായി യത്നിക്കുന്നവരാണ് മേല്പറഞ്ഞവർ എന്നതിനേക്കാൾ ഇവരുടെ ശുംഭത്തത്തിനു പിന്തുണ ഏകുന്ന തരത്തിൽ മനസ്സ് മാറപ്പെട്ടവരാണ് കേരളജനതയിലെ ഒരു വൻപറ്റം എന്നതാണ് സംഗതം. ജ്യോതിഷികൾ ടെക് കമ്പനികളുടെ തീരുമാനങ്ങളിൽ ഇടപെടുക എന്ന വൻ വൈരുദ്ധ്യമുള്ള നാടാണ് ഇന്ത്യ. വാസ്തു എന്ന തട്ടിപ്പിനു വശംവദരാണ് പൊതുജനങ്ങളിൽ ഏറെയും എന്നതും നമുക്ക് അറിവു ള്ളതാണ്. കുഞ്ഞ് മരിച്ചാലും പ്രതിരോധകുത്തിവയ്പ്പിനെ അംഗീകരി

ആഷിക് അബു

ക്കാൻ കൂട്ടാക്കാത്തവരുടെ നാട്. അതിസാങ്കേതികതയുടെ കലയായ സിനിമ ഷൂട്ടിങ് തുടങ്ങുമ്പോഴും തേങ്ങയുടച്ച് ദിവ്യദീപം ക്യാമറയ്ക്കു ചുറ്റും ഉഴിയുന്നവരുടെ നാട്. വിധി എന്നതിൽ കൂടുതൽ വിശ്വസിക്കുകയും ദൈവനിശ്ചയത്തിനപ്പുറം മനുഷ്യനു ഒന്നും ചെയ്യാനില്ലെന്ന് സ്വയം വിശ്വസിക്കുകയും അന്യരെ ധരിപ്പിക്കുകയും ചെയ്യുകയാണിവർ. *വൈറസ്* സിനിമയുടെ ജനസമ്മതി സൂചിപ്പിക്കുന്നത് ഈ വിശ്വാസധാര ഇടമുറിയുന്നതിനു സാദ്ധ്യതകളുണ്ടെന്നാണ്. പ്രതിരോധ കുത്തിവയ്പ്പ് നിരാകരിച്ചാലും മോഹനൻ വൈദ്യർ പ്രഭുതികൾക്ക് പരിഗണനയും പിന്തുണയും നല്കിയാലും ശാസ്ത്രം മാത്രമേ ഇന്ന് മനുഷ്യജീവനെ രക്ഷിക്കാനുള്ളൂ എന്നതിനു അംഗീകാരം ലഭിച്ചിരിക്കുന്നു എന്നു മാത്രമല്ല ഇതാണു സത്യം എന്ന് സിനിമ വ്യക്തമായും ദൃഢമായും ബോധിപ്പിക്കുന്നുണ്ട്. ഈ ബോദ്ധ്യം ധാരാളം പേർ ഏറ്റെടുത്തു എന്നതാണ് സിനിമയുടെ ദർശകസമൃദ്ധി വ്യക്തമാക്കുന്നത്. "ഈ പകർച്ചവ്യാധിക്ക് ഒരു പ്രതിരോധകുത്തിവയ്പ്പ് ഇല്ലാ എന്നുള്ളതാണ് പ്രധാനപ്രശ്നം" എന്ന് വൈറോളജി ഇൻസ്റ്റിറ്റ്യൂട്ടിലെ പ്രധാനശാസ്ത്രജ്ഞനെ (കുഞ്ചാക്കോ ബോബൻ)ക്കൊണ്ട് പ്രസ്താവിപ്പിക്കുമ്പോൾ അത് ഉൾക്കൊള്ളുന്ന പ്രേക്ഷകരിൽ ശാസ്ത്രത്തിന്റെ അപ്രമാദിത്വം രൂഢമൂലമാക്കുകയാണ്. ഇത് ശരിവയ്ക്കുന്ന മന്ത്രി എന്ന സൂചകം ജനപ്രതിനിധിയാണ്, ജനങ്ങൾ സ്വയമേവ അംഗീകരിക്കുന്നതിന്റെ ഉദാഹരണമാകുകയാണിവിടെ. നിപ്പ വൈറസ് പകരുമെന്ന് പേടിച്ച് മുഴുവനും ഒഴിഞ്ഞുപോയ തെരുവുകൾ സിനിമയിലെ ഒരു പ്രധാന ഷോട്ട് ആണ്. ഇത് സംഭവിച്ചതുമാണ്. കുത്തിവയ്പ്പ് ഇല്ലാത്ത ഈ മാരകസാംക്രമികരോഗത്തെ ഒഴിവാക്കാനുള്ള ത്വര പൊതുജനത്തിനുണ്ടെങ്കിൽ, സിനിമയിൽ ആ രംഗം കണ്ട് സ്വാംശീകരിച്ചെങ്കിൽ അത് ശുഭോദർക്കമാണ്.

മറ്റ് പല വഴികളിൽക്കൂടിയും ഈ ബോദ്ധ്യപ്പെടുത്തൽ സിനിമ സാധിച്ചെടുക്കുന്നുണ്ട്.

1 തിരക്കഥ കരുപ്പിടിപ്പിച്ചത് സ്വാഭാവികമായ ചെയ്തികളിൽക്കൂടി കഥ പറയുക എന്ന രീതി തന്മയത്വത്തേക്കാൾ വിശ്വാസയോഗ്യതയാണ് ആകപ്പാടെ സ്ക്രീനിൽനിന്ന് പ്രേക്ഷകമനസ്സിലേക്ക് പ്രക്ഷേപണം ചെയ്തത്. ആശുപത്രിവ്യവഹാരങ്ങൾ കൃത്യമായ കാര്യപ്രണാലികൾ

നിബന്ധിക്കപ്പെട്ടതാണ്, സാധാരണ സിനിമാദൃശ്യങ്ങളുടെ പദ്ധതി പ്രകാരമല്ല അവയുടെ ദൃശ്യനിർമ്മിതി. ക്യാമറയുടെ വ്യത്യസ്തവും നൂതനവുമായ ചില പ്രയോഗങ്ങളും ഇതിനെ പിന്തുണച്ചിട്ടുണ്ട്. പ്രത്യേകിച്ചും ആശുപതിയിലെ തിരക്കും അനിശ്ചിതത്വവും സംഭവങ്ങളുടെ ആവേഗവും. ഈ ജനുസ്സുകളിലുള്ള ഹോളിവുഡ് സിനിമകളിൽ ആവിഷ്കരിക്കപ്പെടാറുള്ള നൂതനത്വം കലർന്ന പശ്ചാത്തലസംഗീതവും കാല്പനികഗതാനുഗതികത്വത്തിൽനിന്ന് സിനിമയെ അകലെ നിർത്തുന്നുണ്ട്.

2. കുഞ്ചാക്കോ ബോബനെക്കൊണ്ട് ഒരു പ്രസ്താവന നടത്തിച്ചാൽ അത് പ്രേക്ഷകർക്ക് വിശ്വാസയോഗ്യത സമ്മാനിക്കും എന്നാണ് സിനിമാക്കാരുടെ പൊതുവിശ്വാസം. അത് ഏറക്കുറെ ശരിയാണു താനും. റൊമാന്റിക് ഹീറോ പരിവേഷത്തിനു രൂപാന്തരണം നടത്തി വൈറോളജിസ്റ്റ് ആക്കിയെടുക്കുന്നത് ദുഷ്കരമെങ്കിലും സിനിമ സാധിച്ചെടുത്തിട്ടുണ്ട്. സർവ്വസ്വീകാര്യമായ വേഷങ്ങൾ പകർന്നാടിയ കുഞ്ചാക്കോ ബോബന്റെ ചെയ്തികൾക്കും ഉക്തികൾക്കും സ്വാഭാവികമായി സ്വീകാര്യത വന്നു ചേരുകയാണ്. നിപ്പ വൈറസിനെതിരെ പ്രതിരോധ കുത്തിവയ്പ്പ് ഇല്ലാ എന്നുള്ളത് മന്ത്രിയോട് പറയുന്നത് ആണെങ്കിലും പ്രേക്ഷകരോട് മുഖാമുഖം നോക്കി പ്രസ്താവിക്കുന്നതായിട്ടാണ് ചിത്രീകരണം. കുറ്റാന്വേഷകന്റെ ത്വരയോടേ വൈറസ് പരക്കുന്നതിൽ വവ്വാലുകളുടെ പങ്ക് തെളിയിക്കാനൊരുമ്പെടുന്ന ഈ വൈറോളജിസ്റ്റിനെ പ്രേക്ഷകർക്ക് എളുപ്പം സ്വീകാര്യയോഗ്യനാക്കുന്നതിൽ പാത്രനിർമ്മിതിയോടൊപ്പം കഥാപാത്രസ്വരൂപനിർമ്മിതിയും പങ്കെടുക്കുകയാണ്. താരങ്ങളെ കഥാപാത്രങ്ങളായി നിലനിർത്തുന്നത് സിനിമയുടെ ഉദ്ദേശം തന്നെയാണെന്ന് ദ്യോതിപ്പിക്കാനുള്ള ഘടനാനിർമ്മിതിയുമുണ്ട്. വമ്പൻ താരനിര

പാർവ്വതി, രേവതി, ടൊവിനോ തോമസ്, റിമ കല്ലിങ്കൽ, കുഞ്ചാക്കോ ബോബൻ

സൃഷ്ടിച്ചപ്പോഴും അവർക്കൊപ്പം സഞ്ചരിക്കാറുള്ള പ്രഭാവലയം മനഃപൂർവ്വം ഒഴിവാക്കിയിരിക്കുന്നു. ശാസ്ത്രത്തിന്റെ തനിമ പ്രകടിപ്പിക്കാൻ ഇത് അത്യന്താപേക്ഷിതമാണെന്ന് വൈറസ് സിനിമയുടെ പിറകിൽ പ്രവർത്തിച്ചവർക്ക് നല്ല ബോദ്ധ്യമുണ്ടെന്നുള്ളതിന്റെ തെളിവ്.

3. ശാസ്ത്രീയമായ വിശകലനങ്ങൾ- വൈറസ് ബാധ ആണെന്നതും അത് നിപ്പാ ആയിരിക്കാമെന്നതും വവ്വാലുകൾ പരത്തിയേക്കാമെന്നൊക്കെ നിശ്ചയിക്കപ്പെടുന്നത്- തെളിവിൽ അധിഷ്ഠിതമായ ശാസ്ത്രം (evidence based science), സാങ്കല്പിതസിദ്ധാന്ത രൂപീകരണവും പരീക്ഷണവും (hypothesis formation and testing) എന്നിങ്ങനെ നിയതവഴികളിൽ തെളിയിക്കപ്പെടുന്നത്- കൃത്യമായും എന്നാൽ ലളിതമായും നിർവ്വചിക്കപ്പെട്ടിട്ടുണ്ട്. ഈ ശാസ്ത്രീയമായ വിശകലനങ്ങൾ ശരാശരി മലയാളി പ്രേക്ഷകരെ അലോസരപ്പെടുത്തുന്നതോ വിവരണ ജടിലതകൊണ്ട് വിമുഖത സൃഷ്ടിക്കപ്പെടുന്നതോ ആകാതിരിക്കാൻ ശ്രദ്ധ പതിപ്പിച്ചിട്ടുണ്ട് സിനിമയിൽ ഉടനീളം. മേല്പറഞ്ഞ ശാസ്ത്രീയ വിശകലനങ്ങൾ ഒക്കെ അവയാണെന്ന് ധാരണയുണ്ടാക്കാത്തവിധം ഒരു മലയാളം സിനിമയ്ക്ക് യോജിച്ച വിധത്തിൽ കൈകാര്യം ചെയ്തിട്ടുണ്ടെന്നുള്ളത് സമ്മതിക്കാതെ വയ്യ.

4. ഒരു മൂന്നാംലോക രാജ്യത്തിനു വികസിതരാജ്യങ്ങളുടെ രീതിയോട് സാമ്യമുള്ള നേരിടൽ സാദ്ധ്യമായി എന്നത് ഇന്ത്യക്ക് പുറത്ത് വാർത്തയായതാണ്. ഒരു മാരകവൈറസിനെ നിജപ്പെടുത്തുകയും നേരിടുകയും കൂടുതൽ പകർച്ചകൾ തടയുകയും ചെയ്തത് ഇന്ത്യയിലെ ഒരു ചെറിയ പട്ടണത്തിൽ സാദ്ധ്യമായത് സിനിമ എന്ന മാധ്യമത്തിലേക്ക് സ്ഥാനാന്തരണം ചെയ്യുകയും അത് ജനപ്രീതി നേടുന്ന വിധത്തിൽ ചിത്രീകരിക്കുകയും ചെയ്തു എന്നത് ചെറിയ കാര്യമല്ല. കൃത്യമായ സാങ്കേതികത നിബന്ധിച്ച സിനിമ ആയതിനാൽ മെലോഡ്രാമയിൽ അതിരുകവിഞ്ഞ് ആശ്വാസം അർപ്പിക്കുന്ന പ്രേക്ഷകരുടെ മുൻപിൽ അവതരിപ്പിക്കുക എന്ന വെല്ലുവിളി സമർത്ഥമായി ഈ സിനിമയുടെ നിർമ്മാതാക്കൾ നേരിടുകയും ചെയ്തിട്ടുണ്ട്.

നിപ്പ വൈറസിനെ എങ്ങനെ നേരിട്ടെന്ന് ജനങ്ങൾക്ക് പ്രാഥമികമായ അറിവു കിട്ടിക്കഴിഞ്ഞതാണ്, ജനങ്ങൾ അംഗീകരിച്ചതുമാണ്. അപ്പോൾ സിനിമ അതിൽക്കൂടുതൽ വല്ലതും സാധിച്ചെടുത്തോ എന്ന ചോദ്യമുണ്ടിവിടെ, തീർച്ചയായും. എന്നാൽ സിനിമ കൊണ്ട് നിർവ്വചിക്കുന്നതും സിനിമയാൽ നിർവ്വഹിക്കപ്പെടുന്നതും പൊതുജനം നേരിട്ടുള്ള അറിവുകൾ സ്വാംശീകരിക്കുന്നതുമായി വ്യത്യാസമുണ്ട്. പൊതുമനസ്സിൽ പ്രവേശിക്കുന്നത് വ്യത്യസ്തമായ രീതിനിർവ്വഹണ പര്യാലോചനകളാണ്. നടന്ന കാര്യങ്ങളോ സംഭവങ്ങളോ സിനിമയിലേക്ക് സ്ഥാനാ

ന്തരണം ചെയ്യുമ്പോൾ കാല്പനികസ്വഭാവം വന്നു ചേരുന്നത് ഒരു മിത്തിക്കൽ പരിവേഷം സംഭാവന ചെയ്യാനുതകുകയാണ്. നടന്ന സംഭവം, സ്വാനുഭവം– അതിനെ സത്യം എന്നതിലപ്പുറം ഒരു നിശ്ചിത സമയഖണ്ഡത്തിൽ സംഭവിച്ചതിനെ ശാശ്വതീകരണത്തിലേക്ക് പ്രവേശിപ്പിക്കുകയാണ് സിനിമ. ഈ കാല്പനിക/മിത്തിക്കൽ പരിവേഷം ഒരു പ്രദേശത്തെ ആളുകളുടെ അനുഭവം എന്നതിനെ വിദൂരങ്ങളിലും വ്യാപരിപ്പിക്കുകയാണ്, സ്ഥല-കാലനിബന്ധനകൾ ഭേദിച്ച്. ഇഷ്ടതാരങ്ങളെ നടന്ന സംഭവങ്ങളിലെ കഥാപാത്രങ്ങളായി സ്ക്രീനിൽ കാണുന്നതു മറ്റൊരു മാനവും സൃഷ്ടിക്കുന്നുണ്ട്. സംഭവം ഇതിഹാസതുല്യമായി മാറുന്നതിന്റെ ആദ്യപടി.

കപടശാസ്ത്രം അരങ്ങുവാഴുന്ന കേരളത്തിൽ ഈ സിനിമയ്ക്ക് മറ്റൊരു സാംഗത്യവുമുണ്ട്. സാങ്കേതികതയെ നിരസിക്കുക എന്നത് ഫാഷനായി മാറിക്കഴിഞ്ഞിട്ടുള്ള ഇക്കാലത്ത് അതിസാങ്കേതികതയുടെ വിജയം അംഗീകരിക്കലും കൂടിയാണ് സിനിമയുടെ പൊതുസമ്മതി പ്രഖ്യാപിക്കുന്നത്. നിപ്പ വൈറസ് പോലുള്ള സാംക്രമികരോഗങ്ങളെ ചെറുക്കാൻ ആധുനികവൈദ്യശാസ്ത്രം മാത്രമേ പ്രാപ്തമാകൂ എന്ന സത്യം മലയാളി സ്വന്തം അവബോധത്തിൽ പ്രതിഷ്ഠിച്ചിരിക്കയാണ്, സിനിമയുടെ ജനസമ്മതി അത് വ്യക്തമാക്കുന്നുമുണ്ട്. സ്പെഷ്യാലിറ്റി ആശുപത്രികളും ആധുനിക ചികിത്സാ സമ്പ്രദായങ്ങളും അതിജീവന സഹായികളാണെന്ന് പ്രഖ്യാപിക്കുന്ന സിനിമ ശാസ്ത്രത്തിനെതിരെ അന്ധവിശ്വാസം പ്രചരിപ്പിക്കുന്ന എല്ലാ അലക്സാണ്ടർ ജേക്കബ്മാരേയും പ്രതിരോധിക്കുകയും കൂടിയാണ്. വാട്സ് ആപ്പിൽ സാങ്കേതികതയെ വിമർശിച്ച് കളിയാക്കുന്നവർ ഇരട്ടത്താപ്പുകാരാണ്; അത്യാവശ്യം വരുമ്പോൾ സൂപ്പർ സ്പെഷ്യാലിറ്റി ആശുപതികളിൽ അഭയം പ്രാപിക്കുന്നവർ അന്ധവിശ്വാസങ്ങളിൽ ബന്ധിതമായവരാണെങ്കിൽ

അവർക്ക് ഉഭയവിചാരം കൊണ്ടുനടക്കുന്നതിന്റെ സംഘർഷങ്ങളുണ്ട്. ഇവർക്ക് മനസ്സിനു ഒരു വിടുതി നല്കുകയാണ് സിനിമ. മനഃസാക്ഷിയോട് യോജിക്കാം, ഇരട്ട മനഃസാക്ഷിയുമായി നടക്കേണ്ട. ഒരു പരിധി വരെ ആശ്വാസം. സിനിമ ആഘോഷിക്കപ്പെട്ടെങ്കിൽ മലയാളി മനഃസാക്ഷിയുടെ ഈ സ്വാതന്ത്ര്യത്തിന്റെ ആഘോഷംകൂടിയാണത്. മറയില്ലാതെ ആധുനിക സാങ്കേതികതയെ അംഗീകരിക്കാൻ ഒരു തുറസ്സു സൃഷ്ടിച്ചിരിക്കയാണ് *വൈറസ്* സിനിമ.

കുമ്പളങ്ങിയിലെ രാത്രികളിൽ മീൻ പിടിക്കുന്നത്

ആർക്കും വേണ്ടാത്ത പൂച്ചക്കുഞ്ഞുങ്ങളെ കൊണ്ട്കളയുന്ന സ്ഥലത്താണ് നെപ്പോളിയന്റെ നാലു മക്കളുടെ വീട്. അച്ഛനും അമ്മയും ഇവിടെ വിട്ടുപോയവരാണ് സജിയും ഇളയവർ ബോബിയും ബോണിയും ഫ്രാങ്കിയും. ഒരേ അമ്മയ്ക്ക് പലരിൽ ഉണ്ടായവരാണെന്ന് നാട്ടുകാർ കിംവദന്തി പ്രചരിപ്പിക്കുന്നുമുണ്ട്. ബോബി അവന്റെ ഉള്ളം കൈയിൽ അവന്റെ മാത്രം 'പെഡിഗ്രി' വരച്ച് കൂട്ടുകാരി ബേബിമോളെ കാണിക്കുന്നുണ്ട്. നിങ്ങടെ കുടുംബത്തിൽ എത്ര അച്ഛനമ്മമാരുണ്ട് എന്ന് ഒരു കുസൃതിച്ചോദ്യം അവൾ ചോദിക്കുന്നുമുണ്ട്. ലോകമേ തറവാട് എന്ന മാതിരി കതകും കെട്ടുറപ്പും ഇല്ലാത്തതാണിത്. പഞ്ചായത്തിലെ ഏറ്റവും മോശം വീട് എന്ന് ഫ്രാങ്കി നിരാശയോടെ പ്രസ്താവിക്കുന്നുമുണ്ട് 'തീട്ടപ്പറമ്പി'ലെ ഈ വീടിനെപ്പറ്റി.

ഈ വാതാവരണത്തിൽ അവനവനെ സ്വയം കണ്ടുപിടിക്കുകയും അമ്മ, അച്ഛൻ സ്വരൂപങ്ങളെ ആവാഹിക്കുകയും ചെയ്യുന്ന മാന്ത്രിക വിദ്യാകഥനമാണ് *കുമ്പളങ്ങി നൈറ്റ്സി*ന്റെ ഉള്ളടക്കം. സമാന്തരമായി കുടുംബത്തിന്റെ അധികാരസ്വരൂപത്തെ കൃത്രിമമായി ഉൾക്കൊള്ളാൻ ശ്രമിക്കുന്ന മറ്റൊരു വീട്ടുകാരന്റെ പാളിപ്പോകുന്ന ശ്രമങ്ങളും സ്വന്തം സ്വത്വം മാത്രമല്ല അവനവന്റെ ഇടങ്ങളും അവയുമായുള്ള താദാത്മ്യവും ഉൾക്കൊള്ളുന്നത് എങ്ങനെ എന്നതും സിനിമയുടെ വെളിവാക്കലിൽ പെടുന്നു. രാത്രിയിൽ കായലിലെ സൂക്ഷ്മജീവികൾ ഉജ്ജ്വലമായ ഫ്ളൂറസൻസ് ഉള്ള സ്വയം പ്രഭ (Bioluminescence എന്ന പ്രതിഭാസം) കളാകുന്നത് അപാരസുന്ദരകാഴ്ചയാണ്. ഈ കുമ്പളങ്ങി സൗന്ദര്യം ആസ്വദിക്കാനും അവരുടെ ഉള്ളിലെ പ്രകാശം തിരിച്ചറിയാനും

സജിസഹോദരങ്ങൾ പ്രാപ്തരാകുന്നിടത്ത് സിനിമ അവസാനിക്കുന്നു. അവർ വലയെറിയുന്നത് വെറും മീൻ പിടിക്കാൻ മാത്രമല്ല.

അതിജീവനത്തിന്റെ തന്ത്രങ്ങളൊന്നും പഠിച്ചെടുക്കാനോ അവയെപ്പറ്റി ബോധമുദിക്കാനോ സാധിച്ചവരല്ല നെപ്പോളിയന്റെ മക്കൾ. ബോധമുദിപ്പിക്കാൻ ആരുടേയും ഊഷ്മളസാന്നിദ്ധ്യം ഇല്ലാതെ പോയതു തന്നെ കാരണം. ചുറ്റുപാടും ധാരാളം മീൻ ഉണ്ട്, അതു പിടിക്കാനറിയാം, അതുകൊണ്ട് മീൻകറി വീട്ടിൽ എപ്പോഴുമുണ്ട്. ഇളയവൻ ഫ്രാങ്കി, മൂത്തവർ ഉള്ളതുകൊണ്ടായിരിക്കണം സ്കോളർഷിപ്പോടേ ദൂരെ പ്ലസ് ടു പഠിക്കുന്നുണ്ട്. പുറം ലോകവുമായുള്ള താരതമ്യം സാദ്ധ്യമാവുന്ന ഒരേ ഒരു കുടുംബാംഗം. ഒരു കുടുംബനാഥൻ (patriarch) ഇല്ലാതെ പോയതിന്റെ ദുഃഖം കൂടുതൽ പേറുന്നവനാണവൻ. പരസ്പരം വെറുതെ തല്ലുകൂടുന്ന സജിയേയും ബോബിയേയും നിരാശകലർന്ന വെറുപ്പോടെയാണവൻ വീക്ഷിക്കുന്നത്. ഇവരുടെ ഇത്തരം തെമ്മാടിത്തരം കൊണ്ടായിരിക്കണം അപ്പൻ വിട്ടു പോയതെന്നാണ് അവന്റെ നിഗമനം. വീട്ടിലേക്ക് വരാൻ ഔൽസുക്യം കാണിക്കുന്ന കൂട്ടുകാരോട് എല്ലാവരും ചിക്കൻ പോക്സ് പിടിച്ച് കിടക്കുകയാണെന്ന് അവനു കള്ളം പറയേണ്ടി വന്നത് ചേട്ടന്മാർ കാട്ടിക്കൂട്ടുന്ന കോപ്രായങ്ങൾ കൊണ്ടും കൂടെയാണ്. രാത്രിയിൽ വീട്ടിലേക്ക് വരുന്ന ബോണിക്ക് വഴക്കുണ്ടാക്കി ഉല്ലസിക്കുന്ന ചേട്ടന്മാർ കാരണം തിരിച്ചു പോകയേ നിവൃത്തിയുള്ളൂ.

ഇവരുടേ alter ego എന്ന മാതിരിയാണ് സ്വല്പം ദൂരെ താമസിക്കുന്ന ഷമ്മിയുടെ പ്രകൃതം. എല്ലാത്തിലും കണിശക്കാരൻ. സജിയും അനിയന്മാരും ഷേവ് ചെയ്യാൻ പോലും മടിയുള്ളവരും തങ്ങളുടെ ബാഹ്യ രൂപത്തെക്കുറിച്ച് തികച്ചും ഉദാസീനരും ആയിരിക്കെ ക്ളീൻ ഷേവ് ചെയ്ത് മിനുക്കിയ മുഖം വേണമെന്ന് നിർബ്ബന്ധം പിടിക്കുന്ന ഷമ്മി

മേൽമീശ വെട്ടിയൊതുക്കി അത് തടവി ആകൃതി കൃത്യമാക്കാൻ വെമ്പുന്നവനാണ്. സജിയും ബോബിയും ഷർട്ട് പോലും ധരിക്കാത്തവർ ആണെങ്കിൽ ഷമ്മി പരസ്യചിത്രങ്ങളിൽ കാണുന്നമാതിരി മുഴുവൻ 'ജെന്റിൽ മാൻ' ആയിരിക്കണമെന്ന് നിർബ്ബന്ധമുള്ളവനാണ്. ഡിസൈനർ ഷർട്ടുകൾ ധരിച്ച് റെയ്മണ്ട് സ്യൂട്ടിങ്ങിന്റെ പരസ്യമോഡലാണെന്നു വരെ ധാരണയുണ്ട് അയാൾക്ക്. വീട്ടിലെ അംഗങ്ങൾ തമ്മിൽ പരസ്പര സ്നേഹത്തോടെ പെരുമാറണമെന്ന് ശാഠ്യവുമുണ്ട്, ദുഷ്ച്ചിന്തകളുടെ ഭാഗമായിട്ടാണെങ്കിലും. കൂടെയുള്ള ഭാര്യയുടെ അമ്മയേയും ഭാര്യ സിമിയുടെ അനിയത്തി ബേബിമോളെയും കുടുംബനാഥൻ എന്ന നിലയിൽ അയാളെ കാണാൻ പരിശീലിപ്പിക്കുന്നുമുണ്ട്. സജി സഹോദരങ്ങൾക്ക് ജീവിതസത്യങ്ങൾ മനസ്സിലാക്കിയെടുക്കാൻ സൃഷ്ടിച്ച (മോശം) മാതൃകയാണ് ഷമ്മി എന്ന നിലയിലാണ് സിനിമ പുരോഗമിക്കുന്നത്.

ഈ വിപരീതധ്രുവങ്ങളിലുള്ള രണ്ടു കൂട്ടരും തമ്മിലുള്ള സംഘർഷം ഉടലെടുക്കുമ്പോൾ അച്ഛനമ്മമാരുടെ സ്വാധീനങ്ങൾ, അനുശാസന (ഡിസിപ്ലിൻ) നിർമ്മിതികൾ, കുടുംബത്തിലെ ശ്രേണീബദ്ധപദ്ധതികളുടെ ഉരുത്തിരിയൽ, അതിജീവനത്തിനു അത്യാവശ്യമായ ജോലിയുടെ സാംഗത്യം ഒക്കെ പുനർ നിർവ്വചനം ചെയ്യപ്പെടുകയാണ്. അമ്മയുടെ സാന്നിദ്ധ്യത്തിനുവേണ്ടി കേഴുന്ന സജി സഹോദരങ്ങളും ഭാര്യ, അവരുടെ അമ്മ, അനിയത്തി എന്നിവർ അടങ്ങുന്ന കുടുംബം ഉള്ള ഷമ്മിയും കുടുംബഘടനയും പ്രവർത്തനങ്ങളും വ്യവസ്ഥപ്പെടുത്താൻ ശ്രമിക്കുകയാണെങ്കിലും രണ്ട് വഴികളിലാണ് അവർക്ക് സഞ്ചരിക്കേണ്ടി വരുന്നത്.

കുടുംബം എന്ന തുഴഞ്ഞാൽ നീങ്ങാത്ത തോണി

മൂത്തമകൻ സജിക്കും ഒരു അച്ഛൻ പ്രതിരൂപം ഉണ്ടെങ്കിൽ എന്ന ആശ ചിലപ്പോൾ വന്നു കയറാറുണ്ട്. അപ്പൻ മരിച്ച ദിവസം എല്ലാരും ഒന്നിച്ച് അത്താഴം കഴിക്കണം എന്ന് ഫ്രാങ്കി പറയുമ്പോഴാണ് അയാൾ അത് ഓർത്തെടുത്തത് എങ്കിലും അപ്പന്റെ ഫോട്ടോയുടെ മുൻപിൽ മെഴുകുതിരി കൊളുത്തി പ്രാർത്ഥിക്കാൻ ഒരുമ്പെടുന്നത് വെറും പ്രഹസനമായേ ബോബി കാണുന്നുള്ളു. കാരണം അപ്പനെ മക്കളാരും ബഹുമാനത്തോടെ ഓർക്കാറില്ല എന്നത് സത്യമാണെന്ന് അവനറിയാം. സജിയെ ഒരു ജ്യേഷ്ഠൻ എന്ന രീതിയിൽ കാണാനും ബോബിക്ക് പരിശീലനം കിട്ടിയിട്ടില്ല. ഒരിക്കൽ സജി തന്നെ അയാളെ 'ചേട്ടാ' എന്ന് വിളിക്കാൻ ആവശ്യപ്പെടുമ്പോൾ അവൻ പരുങ്ങിപ്പോകുന്നുണ്ട്. മനസ്സില്ലാ മനസ്സോടേ ആ വാക്ക് ഉച്ചരിക്കുന്നുണ്ടെങ്കിലും അത് വികാര രഹിതമാണു താനും. പിതൃത്വത്തെക്കുറിച്ചുള്ള ആശങ്കകൾ സജിക്ക് മാനസികാഘാതങ്ങൾ വരെ സമ്മാനിച്ചിട്ടുണ്ട്, സൈക്യാട്രിസ്റ്റിനോട് ഇത് തുറന്നു പറയുന്നുമുണ്ട്.

എന്നാൽ കുടുംബം എന്ന സ്ഥാപനത്തെക്കുറിച്ച് പ്രിയപ്പെട്ട ബേബിമോളുമായുള്ള സംസർഗ്ഗത്താൽ- ചില അറിവുകൾ കിട്ടിത്തുടങ്ങിയതിനുശേഷം "ഇവിടെ ചോദിക്കാനും പറയാനും ആരുമില്ലേ" എന്ന് ചോദിക്കാൻ മാത്രം പ്രാപ്തനാകുന്നുണ്ട് ബോബി. "നല്ല കുടുംബത്തിനു ഒരു സംസ്കാരമുണ്ട്. അത് കാത്തു സൂക്ഷിക്കേണ്ടേ...." എന്ന് പിന്നീട് അയാൾ ദയനീയമായി ചോദിക്കുന്നുമുണ്ട്, കാരണം അവന്റെ പെണ്ണിനെ അവിടെ കൊണ്ടുവരാനുള്ള പ്രതിബന്ധം ഈ പാളിപ്പോയ കുടുംബഘടനയാണ്. ഇതുമായി ബന്ധപ്പെട്ടതായ ചില അടിസ്ഥാന നിഷ്കർഷകൾ സജിയേയും ബോണിയേയും ബോധിപ്പിക്കാൻ പാഴ്ശ്രമം നടത്തുന്നതും ബോബിയാണ്. ആ വീട്ടിലെ ഏറ്റവും വലിയ തമാശയാണിത്, ഇതിനു പത്തുപൈസയുടെ മൂല്യം പോലുമില്ല എന്ന് ഇളയവൻ ബോണി അവനെ ധരിപ്പിക്കുന്നുണ്ട്. പലപ്പോഴും ഒരു അച്ചടക്കവും ശിക്ഷണവും അനുസരണാശീലവും അവരിൽ ഉളവാക്കുന്ന തരത്തിൽ ഒരു അച്ഛൻ പ്രതിരൂപത്തിലേക്ക് കയറിക്കൂടുന്നുണ്ട് ബോണി. ബാറിൽ വച്ച് വഴക്കുണ്ടാക്കിയപ്പോഴും പൊലീസ് സ്റ്റേഷനിൽനിന്ന് സജിയെ ഇറക്കിക്കൊണ്ട് പോകാനെത്തിയപ്പോഴും ബോണി ഈ രക്ഷാകർത്താവ് രൂപം നേരിട്ട് എടുത്തണിയുന്നുണ്ട്. സജിയുടെ നല്ലനടപ്പിനുള്ള നിർദ്ദേശങ്ങൾ ബോണിയിൽ നിന്നാണ് ഉറവിടുന്നത്. നിശ്ശബ്ദമോ അദൃശ്യമോ ആയ ഒരു അച്ഛൻ സാന്നിദ്ധ്യമെന്ന പ്രതീതിക്കു വേണ്ടിയായിരിക്കണം ബോണിയെ സംവിധായകനും കഥ/തിരക്കഥാകൃത്തും ഊമയാക്കി സൃഷ്ടിച്ചത്.

ഷമ്മിയുടെ കുടുംബത്തിലും അച്ഛന്റെ അഭാവം ഉണ്ട്. സിമിയുടെ

അച്ഛൻ മരിച്ചുപോയിരിക്കുന്നു, ഷമ്മിയുടെ അച്ഛനമ്മമാരെപ്പറ്റി സൂചനകളൊന്നുമില്ല. ഷമ്മി മാനസിക വൈകൃതങ്ങൾ പ്രദർശിപ്പിച്ചപ്പോൾ സിമി ഫോൺ വിളിച്ചത് ഷമ്മിയുടെ ബന്ധുക്കാരനെയാണ്, അതുകൊണ്ട് ഷമ്മിക്ക് അങ്ങനെയാരും ഇല്ലാ എന്ന് കരുതാം. എന്നാൽ ബലമായി അച്ഛൻ പ്രതിരൂപം നിർമ്മിച്ചെടുക്കാനാണ് ഷമ്മിക്ക് ആസക്തി. അത്താഴ സമയത്ത് നടുവിലത്തെ കസേരയിൽത്തന്നെ ഇരുന്ന് പ്രമാണിത്തം കാണിക്കണമെന്ന് അയാൾക്ക് നിർബ്ബന്ധമുണ്ട്. സിമിയുടെ അച്ഛന്റെ ഫോട്ടോയ്ക്ക് സമാന്തരമായി ഷമ്മിയുടെ മുഖം പ്രതിഷ്ഠിക്കുന്ന ഒരു ഷോട്ട് സിനിമയിൽ ഉൾപ്പെടുത്തിയത് യാദൃച്ഛികമല്ല.

വളരെ കൊച്ചിലേ മുങ്ങിച്ചാകാൻ തുടങ്ങുമ്പോൾ പോലും ശ്രദ്ധ തിരിക്കാത്ത അമ്മയെക്കുറിച്ച് ദുഃസ്വപ്നം കാണുന്നവനാണ് ഫ്രാങ്കി. നിലയില്ലാവെള്ളത്തിൽ അവൻ മുങ്ങിപ്പോകുമ്പോഴും തുണി കഴുകുകയാണവർ തൊട്ടടുത്ത്. അധികം ദൂരെയല്ല താമസം എങ്കിലും അവർ ഒരു കൾറ്റ് മെമ്പർ ആയി മാറിയതിനാൽ വീടുമായോ മക്കളുമായോ ബന്ധമില്ല. നാല്വരും അവിടെ ചെന്ന് യാചിച്ചിട്ടും വരാനുള്ള മനഃസ്ഥിതി അവർക്കില്ല. പണ്ടേ അവർക്ക് അസുഖമായിരുന്നു എന്ന് സജി സാക്ഷ്യപ്പെടുത്തുന്നുണ്ട്. അവരെ പ്രാകരുതെന്ന് സജി ബോബിയോട് നിർദ്ദേശിക്കുന്നുമുണ്ട്. അവരുടെ അമ്മ പ്രതിരൂപം അവർ പണ്ടേ ഉപേക്ഷിച്ചതാണ്. അമ്മ ഒരു സങ്കല്പം മാത്രമായി തുടരും എന്ന് നാലുപേരും മനസ്സിലാക്കുന്നത് നിരാശയോടെയാണ്.

ജോലി, അധികാരം, കുടുംബവ്യവസ്ഥ

അധികാരത്തിന്റെ പണിയായുധമായാണ് ജോലി എന്നതിനെ ഷമ്മി വീക്ഷിക്കുന്നത്. ജോലി ഉണ്ടെന്ന കാര്യം വീമ്പുപറച്ചിൽ പോലെ പുറത്തെത്തിക്കുന്നുണ്ട് അയാൾ. സിമിയുടെ ചിറ്റപ്പന്റെ വീട്ടിൽ അത്താഴം കഴിക്കുന്ന സമയത്തും അയാൾ ഈ വീര്യം പുറത്തെടുക്കുന്നുണ്ട്. അയാൾ വിഭാവനം ചെയ്യുന്ന, ഒരു തീൻ മേശയുടെ ചുറ്റിലും ഇരുന്ന് എല്ലാ കുടുംബാംഗങ്ങളും ആഹാരം പങ്കിടുന്ന പരിപൂർണ്ണതയും ചിറ്റപ്പൻ പാചകത്തിൽ മിടുക്കനാണെന്നതും അയാളെ അലോസരപ്പെടുത്തുന്നുണ്ടാകണം. അവിടെയും ചിറ്റപ്പനു ഒരു ജോലിയില്ല എന്ന് ആരോപണമട്ടിൽ വിളിച്ചു പറയുകയാണ് ഷമ്മി. ചിറ്റപ്പനെ അധികാരക്കസേരയിൽനിന്ന് വലിച്ചു താഴത്തിടുകയുമാണ് ഉദ്ദേശം. ബോബിക്ക് ജോലി ഇല്ല എന്നതാണ് അയാളെ ബേബിമോളുടെ പ്രതിശ്രുതവരനായി സ്വീകരിക്കാൻ ഷമ്മിയെ തയ്യാറല്ലാതാക്കുന്നത്. വലയെറിയുന്നതിൽ മിടുക്കനാണ് ബോബി എന്ന് ബേബിമോൾക്ക് നന്നായറിയുകയും ചെയ്യാം. (ബേബിമോളുടെ മുഖത്തിനു മുൻപിലൂടെ ബോബി എറിയുന്ന വെളുത്ത വലക്കണ്ണികൾ താഴോട്ട് നിപതിക്കുന്ന ഒരു ബഹുകേമൻ ഷോട്ടുമുണ്ട് സിനിമ

മധു സി നാരായണൻ

യിൽ). സജിയും ബോബിയും ഇക്കാര്യത്തിൽ ഷമ്മിയുമായി വിരുദ്ധ ധ്രുവങ്ങളിലാണ്. തേപ്പുകടയിൽ പാർട്ട്ണർഷിപ് ഉണ്ടെങ്കിലും വലിയ വരുമാനമൊന്നും ഇല്ല. 'ഓസി'നാണു ജീവിതം എന്നത് അയാൾ അറിഞ്ഞി ല്ലെന്ന് നടിക്കുകയാണ്. ഇക്കാര്യം തേപ്പുകടക്കാരൻ മുരുകൻ വ്യക്ത മായി ബോദ്ധ്യപ്പെടുത്തിയപ്പോൾ ആ സത്യം ഇടിത്തീപോലെ വന്നു വീഴുകയും സജി ആത്മഹത്യ മാത്രം പോംവഴിയായും കാണുന്നു. പ്രത്യേ കിച്ചും സ്വന്തം അനുജനേക്കാളും സ്നേഹിച്ച മുരുകൻ തന്നെ ഇത് പറഞ്ഞത് സജിക്ക് താങ്ങാനാവുന്നതല്ല. ആത്മഹത്യാശ്രമം വിപരീത ഫലമാണ് ഉളവാക്കിയത്, ആ ആഘാതത്തിൽനിന്ന് അയാൾക്ക് പുറത്തു കടക്കാനുമാവുന്നില്ല. വിളക്കുകാലിൽ തലതല്ലി സ്വയം ആരാണെന്ന അറിവിലേക്ക് സാവധാനം എത്തപ്പെടുകയാണയാൾ.

ജീവിതത്തിന് അർത്ഥം നല്കുന്നതും അതിജീവനത്തിന് അത്യാവ ശ്യവുമായ ജോലി എന്നത് ഷമ്മി കല്പിക്കുന്ന അർത്ഥതലങ്ങളിൽ അല്ലെങ്കിലും ബോബിയും അതിൽ പെട്ടുപോകുകയാണ്.. ബേബിമോളെ ലഭിക്കണമെങ്കിൽ ജോലി ചെയ്യണം. ക്രിസ്ത്യാനി ആണെന്നുള്ളത് അത്രപ്രശ്നവല്ക്കരിക്കുന്നില്ല സിനിമ. "ജീസസ് നമ്മൾക്ക് അറിയാത്ത ആളൊന്നുമല്ലല്ലോ'' എന്ന ബേബിമോളുടെ പ്രസ്താവന വഴി ലളിതവല്ക്കരിച്ച് ഇന്ത്യൻ സിനിമയിലെ സ്ഥിരം പ്രശ്നം ആയ മതം–ജാതി–വിവാഹസാദ്ധ്യത എന്ന കണ്ണികൾ ഒഴിവാക്കപ്പെട്ടിരിക്കുന്നു. മത്സ്യ സംസ്കരണ പ്ലാന്റിൽ ജോലി കിട്ടിയെങ്കിലും ജീവിതരീതിയിലെ വൻ മാറ്റങ്ങളുമായി പൊരുത്തപ്പെടാനാവുന്നില്ല അയാൾക്ക്. ഒരു വിഭ്രാന്തിയുടെ നിമിഷത്തിൽ അയാൾ അവിടുന്ന് ഇറങ്ങിയോടുകയാണ്. ഇനി ഒരു വിമോചനമില്ല എന്ന് തീർച്ചപ്പെടുത്തി ബേബിമോളോട് തന്നിൽനിന്നും രക്ഷപ്പെട്ടുകൊള്ളാൻ അയാൾ ഉപദേശിക്കുന്നുമുണ്ട്.

കുടുംബത്തിനു ഘടന നിർമ്മിച്ചെടുക്കുക, അതിന്റെ പരിപാലന ത്തിനു പോംവഴി കണ്ടെത്തുക ഇങ്ങനെ രണ്ട് മൂല്യാധിഷ്ഠിത സമൂഹ നിർമ്മിതിയിൽ വ്യാപൃതരാണ് ഷമ്മിയും സജിയുടെ കുടുംബവും. ആണിന്റെ അധികാരപ്രമത്തത സ്ഥാപിച്ച് അംഗങ്ങളെ അടിമകളെ പ്പോലെ നിലനിർത്തുകയാണ് ഷമ്മിയുടെ ലക്ഷ്യമെങ്കിൽ കുടുംബം എന്ന സാംസ്കാരികമൂലകം അടിപടലേ നിർമ്മിക്കുക എന്നതിൽ തുട ങ്ങേണ്ടിയിരിക്കുന്നു സജിക്കും അനിയന്മാർക്കും. ഫ്രാങ്കി ഇക്കാര്യത്തിൽ

അന്ന ബെൻ, ഷെയ്ൻ നിഗം

കർമ്മോത്സുകനായിക്കഴിഞ്ഞു; സ്കോളർഷിപ്പ് തുകകൊണ്ട് വീട്ടിൽ കക്കൂസ് പണിഞ്ഞു തുടങ്ങിക്കഴിഞ്ഞു അവൻ. സമാന്തരമായി വർത്തിക്കുന്ന രണ്ട് വീട്ടുകാരുടെ ആശയസാമ്യങ്ങൾ സംഘർഷത്തിലേക്ക് നയിക്കുന്നതെങ്ങനെയെന്ന് വിദിതമാക്കുകയാണ് സിനിമയുടെ പ്രധാന ഉദ്ദേശം.

ബേബിമോളെ സ്വന്തമാക്കണമെങ്കിൽ അവളുടെ വീട്ടുകാരുമായി, പ്രധാനമായും ഷമ്മിയുമായി സംസാരിക്കേണ്ടിവരും, അതിനു കുടുംബത്തിലെ മൂത്തവനായ സജിയോടൊപ്പം അയാളെ കാണേണ്ടിവരും എന്ന ഘട്ടമെത്തിയപ്പോഴാണ് കുടുംബം എന്നതിന്റെ ചില അടിസ്ഥാനഘടകങ്ങൾ തങ്ങൾക്കില്ല എന്ന് സജിയും ബോബിയും മനസ്സിലാക്കുന്നത്. ബോബിയെക്കൊണ്ട് നിർബ്ബന്ധമായി ചേട്ടാ എന്ന് വിളിപ്പിക്കുന്നുണ്ടെങ്കിലും അതിൽ ആർജ്ജവത്തിന്റെ തരിപോലുമില്ലെന്ന് രണ്ടുപേർക്കുമറിയാം. ആന്തരസംഘർഷങ്ങൾ 'കിളിപോയ' അവസ്ഥയിൽ എത്തിക്കുകയാണ് സജിയെ. ഷമ്മിക്ക് എന്തുണ്ടോ അതൊന്നും ഇല്ലാത്തവനാണ് സജി. മുരുകന്റെ ഭാര്യ സതിയെക്കാണാൻ പോയ അയാൾ അവരുടെ സ്വപ്നസദൃശ്യമായ വീട് നിർന്നിമേഷനായി നോക്കി നിന്ന് പോകുകയാണ്. പൂക്കളാൽ സമൃദ്ധമായ ചെടികളും ചിത്രശലഭങ്ങളും സമ്മോഹനചാരുത നിർല്ലോഭം ചാർത്തിയതാണാ വീട്. മുരുകൻ എത്തിയടത്ത് എത്തുകയാണെന്ന് പറഞ്ഞ് സതിയുടെ മുന്നിൽ സാഷ്ടാംഗപ്രണാമം ചെയ്യുന്ന സജിക്ക് ജീവിതത്തെക്കുറിച്ച് ചില പ്രായോഗിക അറിവുകളും ബാദ്ധ്യതകളും പിടികിട്ടുകയാണ് അവിടെ വച്ചുതന്നെ. ആസന്നപ്രസവത്തിനു സതിയെ ആശുപത്രിയിൽ

എത്തിക്കണം. സ്വന്തം വീട്ടുകാർ ഉപേക്ഷിച്ചതിനാൽ പ്രസവശേഷം പോകാൻ അവൾക്കും കുഞ്ഞിനും ഒരിടമില്ല എന്ന് മാത്രമല്ല തുണയ്ക്കും ആരുമില്ല. അവളെയും കുഞ്ഞിനെയും നിസ്സങ്കോചം ഏറ്റെടുക്കുന്ന സജി ഒരിഞ്ച് സ്ഥലമില്ലാത്ത വീട്ടിലേക്ക് തന്നെ കൂട്ടിക്കൊണ്ടുവരികയാണ്. ഇല്ലാതിരുന്ന മാതൃസ്വരൂപം ആ വീട്ടിൽ വന്നു ചേരുകയാണ് ഇതോടെ. സതിയെ വള്ളത്തിൽ കൊണ്ടുവരുന്ന ദൃശ്യം ചിത്രീകരിച്ചിരിക്കുന്നത് സാർവ്വലൗകിക മാതൃബിംബം ആയ ഉണ്ണിയേശുവിനെ കൈയിലേന്തിയ മറിയം എന്ന കൃത്യമായ രൂപകല്പനയിലാണ്. സിനിമയിലെ അർത്ഥവർത്തായ ഈ രംഗം സുന്ദരവുമാണ്. സതിയുടെ താരാട്ടുമൂളൽ ആ വീടിനെ ആകെ മാറ്റിമറിക്കുന്നതായി അനുഭവപ്പെടുന്നത് ഫ്രാങ്കിയുടെ സന്തോഷം രേഖപ്പെടുത്തുന്നതിലൂടെയാണ്. അവൾ വാഴ്കൈ ഇടം മുടിഞ്ചുപോകുമെന്ന് അമ്മയുടെ ശാപം കിട്ടിയവളാണ് സതി. അതു പറയുമ്പോൾ ചേച്ചി കൃത്യമായ സ്ഥലത്താണ് എത്തിയിരിക്കുന്നത്, ഇതിലും മുടിഞ്ഞ ഒരു സ്ഥലം വേറേ ഇല്ലെന്നുമാണ് ബോബിയുടെ വാദം. അവളെ 'ചേച്ചി' എന്നാണ് സംബോധന ചെയ്യുന്നതും. ആ വീട് അതിനു മുൻപ് തന്നെ സ്ത്രീസാന്നിദ്ധ്യം അറിഞ്ഞു തുടങ്ങിയിരുന്നു: ബോണിയുടെ 'ഗേൾ ഫ്രണ്ട്' ആഫ്രിക്കൻ അമേരിക്കൻ, ന്യൂയോർക്ക് നിവാസി നൈല അവിടെ താമസം തുടങ്ങിയിരുന്നു കുറച്ചു ദിവസം മുൻപ്. ഷമ്മിയെ പ്രകോപ്പിക്കാൻ, അയാളുടെ ഒളിഞ്ഞുനോട്ടത്തിനെ ആക്ഷേപിക്കാൻ ബോണിയെ പരസ്യമായി ഉമ്മ വച്ചവളാണവൾ. അമ്മയും കാമുകിയുമൊക്കെ ചേരുന്ന കുടുംബഘടനാ നിർമ്മിതി എളുപ്പമായി സാധിക്കപ്പെട്ടിരിക്കുന്നു. വീട് എന്ന ബാഹ്യസ്വരൂപത്തെ മറികടന്ന് ഊഷ്മളബന്ധങ്ങൾ കുടുംബം എന്നത് ഉരുത്തിരിയിക്കുന്നത് എങ്ങനെ എന്ന് സൂചിപ്പിക്കാൻ സംവിധായകൻ കണ്ടുപിടിച്ച വഴികളിലൊന്ന്. സൈക്കിയാട്രിസ്റ്റിന്റെ ക്ലിനിക്കിലേക്ക് സജിക്ക് കൂട്ടുപോകുന്നത് പയ്യനായ ഫ്രാങ്കി തന്നെ, തിരിച്ചു പോകുമ്പോൾ തോളിൽ കൈവച്ച് അവർ നടന്നു നീങ്ങുന്ന പുറകിൽ നിന്നുള്ള ഒരു ഷോട്ട് കൊണ്ട് മാത്രം സംവിധായകൻ നിർവ്വഹിച്ചതും ഇതുതന്നെ.

ഏറ്റവും വലിയ മീൻ

സജിയുടെ ജീവിതത്തിലെ അഴിയാക്കുരുക്കുകൾ വിടർന്നു തുടങ്ങുമ്പോൾ ഷമ്മിയുടെ സംഘർഷങ്ങൾ മൂർദ്ധന്യത്തിലേക്ക് പായുന്നു. ഇവ രണ്ടിന്റേയും സമാന്തരസഞ്ചാരങ്ങൾ ഉദ്വേഗപൂർണ്ണമായി ആഖ്യാനം ചെയ്യുന്നതാണ് സിനിമയുടെ ദൃശ്യസാദ്ധ്യത വർദ്ധിപ്പിക്കുന്നത്. ഷമ്മിയുടേയും സജിയുടേയും ആന്തരസംഘർഷങ്ങൾ രണ്ട് വ്യത്യസ്ത വീക്ഷണകോണുകളിൽക്കൂടിയാണ് ദൃഷ്ടമാക്കപ്പെടുന്നത്. ഈ വേഷങ്ങൾ ചെയ്ത ഫഹദ് ഫാസിലും സൗബിൻ ഷാഹിറും മലയാള സിനിമ

യിൽ അനന്യമായ അഭിനയശൈലികളാണ് കൈക്കൊള്ളുന്നത്. സിനിമയുടെ ആഖ്യാനത്തെ സുഗമമാക്കുന്നതും കഥാഗതികൾക്ക് മിഴിവേറ്റുന്നതും ആത്മസംഘർഷങ്ങൾക്ക് ഗാഢതയണയ്ക്കുന്നതും നൂതനവും മിതത്വമാർന്നതുമായ ഈ പ്രകടനങ്ങളാണ്. ഫഹദ് ഫാസിലിന്റെ സ്വതവേ ഭാവദീപ്തങ്ങളായ കണ്ണുകൾ കള്ളത്തരത്തിലൊളിപ്പിച്ച അധികാരത്തിന്റെ ഗർവ്വും ആണത്തത്തിന്റെ അഹങ്കാരവും വിദ്വേഷത്തിന്റെ കനലും ഒരു സൈക്കോപാത് ആകുമ്പോഴുള്ള ഭ്രാന്തൻ ആവേശവും ഉജ്ജ്വലമായി പ്രകാശിപ്പിച്ചിട്ടുണ്ട്.

ഷമ്മിയുടെയും സജിസഹോദരങ്ങളുടെയും സമാന്തരങ്ങൾ കൂട്ടിമുട്ടേണ്ടത് അനിവാര്യമാകുകയാണ്. നെഞ്ചിൽ ശർക്കരയുണ്ട വച്ച് മലർന്ന് കിടന്ന് തേങ്ങാമുറി കടിച്ചു തിന്നുന്നവന്റേയും ഡൈനിങ് മേശയ്ക്ക് ചുറ്റും നിശ്ചിതകസേരയിൽ ഇരുന്ന് ഔപചാരികച്ചപ്പാത്തി തിന്നുന്നവന്റേയും വൈരുദ്ധ്യനിർമ്മാർജ്ജനം കുമ്പളങ്ങിയുടെ നൈസർഗ്ഗികതയ്ക്ക് അത്യാവശ്യമാണുതാനും. കുമ്പളങ്ങിയിലെ അസ്വസ്ഥവും കലുഷിതവുമായ ഇരുണ്ട രാത്രികൾക്ക് അറുതിവരുത്തി പ്രകാശമാനമാക്കേണ്ടത് സജിയുടേയും അനിയന്മാരുടേയും ദൗത്യവുമാണ്. ഭാര്യയുടെ അനിയത്തി, അതും ഒരു കിളിന്തുപെണ്ണ് ചില സത്യങ്ങൾ ഷമ്മിയുടെ മുഖത്തുതന്നെ അടിച്ചേല്പിക്കുന്നതും ഭാര്യ സിമി കൊതുകുബാറ്റ് അടിച്ചു വീശി അയാൾക്കെതിരെ പ്രതിരോധം തീർത്തതും ഷമ്മിയുടെ മാനസികവൈകല്യങ്ങളെ പൊലിപ്പിച്ച് മായാവിഭ്രാന്തി (delusion)യും പീഡനോന്മാദവും (paranoia) ഉൾക്കൊണ്ട സൈക്കോപാത് ആക്കി മാറ്റുകയാണ്. തന്റെ പണിയായുധമായ ക്ഷൗരക്കത്തിവരെ അയാൾ അവിടെ വന്നുകയറുന്ന

ഷെയ്ൻ നിഗം, ശ്രീനാഥ് ഭാസി, സൗബിൻ ഷാഹിർ, മാത്യു തോമസ്

ഫഹദ് ഫാസിൽ, ഗ്രേസ് ആന്റണി

സജിസഹോദരങ്ങൾക്കെതിരെ ഉപയോഗിക്കുന്നുണ്ട്. സ്റ്റാൻലി കുബ്രിക്കിന്റെ *ദി ഷൈനിങ്ങി*ലെ ചില രംഗങ്ങൾ ഓർമ്മപ്പെടുത്തുന്നുണ്ട് ഷമ്മിയുടെ ആക്രമണരീതികൾ.

ഷമ്മിയുടെ പൂർവ്വകാലകഥകളെക്കുറിച്ച് അധികം സൂചനകളില്ല. അയാളിൽ മനോവൈകൃതങ്ങൾ രൂപപ്പെട്ടതിന്റെ അടിസ്ഥാനം ദുരൂഹമാണ്. ബാല്യകാലത്ത് കഠിനശിക്ഷകൾ മാതാപിതാക്കളിൽനിന്ന് ഏറ്റുവാങ്ങിയവനായിരിക്കണം അവൻ. മുറിയുടെ കോണിൽ ഭിത്തിയോട് ചേർന്ന് കണ്ണുപൊത്തി നില്ക്കുന്നത് പണ്ടത്തെ ശിക്ഷാവിധികളുടെ ഭാഗമോ ഉള്ളിലെ പൈശാചികവ്യക്തിത്വം ഒളിച്ചുവയ്ക്കാനുള്ള തത്രപ്പാടോ ആയിരിക്കണം. അല്ലെങ്കിൽ ഉൽക്കടമായ വെല്ലുവിളികൾ ഏല്ക്കുമ്പോൾ രക്ഷപ്പെടാൻ പഴുതു നോക്കുന്നത് ആയിരിക്കണം. ഈ സ്വഭാവം ഷമ്മിക്ക് നേരത്തെ ഉള്ളതായി അയാളുടെ ബന്ധുക്കാരൻ സിമിയോട് പറയുന്നുണ്ട്. സ്ത്രീകളെ ഉപദ്രവിക്കുന്ന അച്ഛനും ചേട്ടനും മറ്റ് ആണുങ്ങളും ഉള്ള കുടുംബത്തിൽ (മലയാള സിനിമയുടെ ചരിത്രം തന്നെ ഇത്) വളർന്ന് അതിനെതിരെ പ്രതിരോധിക്കാനുള്ള യത്നത്തിൽ തോറ്റുപോയി അതിനുതന്നെ അടിമപ്പെട്ടവനുമായിരിക്കണം ഷമ്മി. കൊതുകുബാറ്റ് എന്ന വിദ്ധ്വംസനായുധം മാതാപിതാക്കളുടെ ക്രൂരശിക്ഷണവിധികളിൽപെട്ടതായിരിക്കണം, അത് അയാൾക്ക് ദുരന്തങ്ങളുടെ ഓർമ്മകളായിരിക്കണം സമ്മാനിച്ചിട്ടുള്ളത്. സിമി അതുതന്നെ ഉപയോഗിച്ച് പ്രതിരോധം തീർക്കുമ്പോൾ അയാളുടെ സർവ്വനിയന്ത്രണങ്ങളും കൈവിട്ടുപോകയാണ്. അത് കത്തിച്ചുകളയേണ്ടത് പ്രതികാരനിർവ്വഹണതുല്യമാണ്. 'പെർഫെക്റ്റ് ജെന്റിൽമാൻ' വേഷമണിഞ്ഞാണ് അയാൾ

ഷീല രാജ്കുമാർ

പാതിരാത്രിയിൽ ഉറ്റബന്ധുക്കളായ സ്ത്രീകളെ കീഴ്പ്പെടുത്തുന്നത്. തന്റെ വേഷവിധാനത്തെ അധികാരത്തിന്റെ ചിഹ്നം തന്നെ ആക്കിയെടുത്തിരിക്കുന്നു അയാൾ. ബേബിമോൾ അയാളുടെ ബദ്ധശത്രു ആകുന്നത് അവൾ ചെറുപ്രായത്തിൽത്തന്നെ ജോലി നേടിയവളും ഇംഗ്ലീഷ് സംസാരിക്കുന്നവളും തുല്യത നേടിയ പാശ്ചാത്യരാജ്യങ്ങളിലെ ആൾക്കാരുമായി ഇടപെടുന്നവളുമായതുകൊണ്ടാണ്. മാറുന്ന സ്ത്രീസമത്വനിർവ്വചനങ്ങൾ ഉൾക്കൊള്ളാനാവാതെ വിറളി പിടിച്ചുപോകുന്ന മലയാളി ആണിനു ആ നിലപാടിൽനിന്ന് മാറേണ്ടത് അത്യാവശ്യമാകുമ്പോൾ ക്ഷൗരക്കത്തി വരെ ആയുധമായി ഉപയോഗിക്കേണ്ടി വരുന്നു.

ഇന്ത്യൻ സിനിമ ഇന്നോളം നിഷ്കർഷിച്ചിട്ടുള്ള ആൺസ്വരൂപത്തെ അപനിർമ്മിക്കുന്നതും സിനിമയുടെ ഒരു ഉദ്ദേശമാണെന്ന് തോന്നിയാൽ തെറ്റു പറയാവനാവില്ല. ധീരോദാത്ത നായകൻ–അയാൾ മാത്രം–പ്രദാനം ചെയ്യുന്ന സുരക്ഷയും അതിജീവനോപായങ്ങളും സ്വാസ്ഥ്യവും മലയാള സിനിമയിൽനിന്ന് അപ്രത്യക്ഷമായത് ഈയിടെയാണ്. ഇന്നത്തെ രാഷ്ട്രീയ വാതാവരണത്തിൽ വ്യക്തവും കെട്ടുറപ്പുള്ളതും നീതിയുക്തവുമായ ഒരു നേതൃത്വത്തിന്റെ അഭാവം സൂചിപ്പിക്കാനായിരിക്കണം മാതാപിതാക്കൾ നഷ്ടമായ മക്കളെ കുമ്പളങ്ങിയിൽ അണിനിരത്തി അവരുടെ വ്യഥകളും ആത്മസംഘർഷങ്ങളും ആവിഷ്കരിക്കാൻ സംവിധായകൻ തുനിഞ്ഞത്.

കുടുംബം നിർമ്മിച്ചെടുക്കുന്നത് ആര്, നിർമ്മിച്ചെടുക്കേണ്ടത് ആര്

എന്നൊക്കെയുള്ള ചോദ്യങ്ങൾക്ക് സജിസഹോദരങ്ങൾക്ക് ഉത്തരം കിട്ടുന്നത് ഷമ്മിയുമായുള്ള സംഘർഷങ്ങളിൽക്കൂടിയാണ്. ആഡംബര വീടുകളിൽ കനത്ത സെക്യൂരിറ്റിയുടെ വ്യാജസുരക്ഷിതയ്ക്കുള്ളിൽ ശിഥിലമായ കുടുംബബന്ധങ്ങളെ വകവയ്ക്കാതെ ഊഷ്മളബന്ധങ്ങൾ നിരാകരിച്ചുകൊണ്ടുള്ള മലയാളി ജീവിതത്തെ ഖണ്ഡനപരമായി വിമർശിക്കുകയാണ് കതകുകളും കെട്ടുപാടുകളുമില്ലാത്ത വീട് ഒരു പ്രസിദ്ധ ടൂറിസ്റ്റ് സ്ഥലത്തു തന്നെ പ്രതിഷ്ഠിച്ചുകൊണ്ട് സംവിധായകൻ മധു സി നാരായണനും കഥാകൃത്ത് ശ്യാം പുഷ്ക്കരനും. ഒരു ന്യൂയോർക്കുകാരിക്കും അവിടെ സുഖമായ് വസിക്കാം. അത്യാവശ്യമെങ്കിൽ എടുക്കാൻ പുതിയ തലയണക്കവറുകൾ ഒക്കെ അവിടെ ഉണ്ട്.

കാട്ടാളനു കവിയായി മാറാൻ പറ്റുമെന്ന് തെളിയിക്കാൻ ശ്രമപ്പെടുന്ന സിനിമാക്കഥ അല്ലെങ്കിലും അത് തെളിഞ്ഞുവരുന്നുണ്ട് അവസാനരംഗങ്ങളിൽ. ബോബിയുടെ ഉള്ളിലെ ജോലിസാദ്ധ്യത അവനു തിരിച്ചറിവായി നല്കുന്നത് ബേബിമോളാണെന്നുള്ളത് സിനിമയുടെ സ്ത്രീപക്ഷനിലപാടുകൾ വ്യക്തമാക്കുന്നുണ്ട്. ജോലി എന്നത് വ്യവസായികവിപ്ലവത്തിന്റെ ഉപോല്പന്നം മാത്രമല്ലെന്നും സ്വന്തം ചുറ്റുപാടിൽ നൈസർഗ്ഗികമായി ഉളവാകാൻ സാദ്ധ്യതയുള്ളതാണെന്നും അവസാനം സിനിമ സമർത്ഥിക്കുന്നുണ്ട്. സജിയും ബോബിയും ഒന്നിച്ച് മീൻ പിടിക്കാൻ പുറപ്പെടുന്ന ദൃശ്യം സിനിമയുടെ വെളിപാടാണ്. ഏകദേശം ഇതേ ആശയം, സ്വന്തം നാടിനെ തിരിച്ചറിയേണ്ടതിന്റെ ആവശ്യകതയെന്ന മട്ടിൽ ഈയിടെ ഇറങ്ങിയ *ഞാൻ പ്രകാശനി*ലും പ്രകടമാകുന്നുണ്ട്.

സജിസഹോദരങ്ങൾക്ക് അവരിൽ തെല്ലുമെങ്കിലും ആണധികാരപ്രമത്തത ഉണ്ടെങ്കിൽ അത് ഇല്ലാതാക്കേണ്ടതുണ്ട്. അവരിൽ പുളയ്ക്കുന്ന വിദ്വേഷത്തിന്റെയും വികലവീക്ഷണങ്ങളുടെ സത്തയെയും ഉള്ളിലെ ഷമ്മിമാരേയും പിടികൂടേണ്ടതുണ്ട്. അങ്ങനെ അവർ പിടിച്ച ഏറ്റവും വലിയ മീനാണ് ഷമ്മി. കുമ്പളങ്ങിയിൽ അവരുടെ മുന്നിൽക്കൂടി എന്നും നീന്തിക്കൊണ്ടിരുന്ന മീൻ. ഉള്ളിലെ ദുഷ്ടുകൾ വലയെറിഞ്ഞ് പിടിച്ച് വരിഞ്ഞുകെട്ടി നിർമ്മാർജ്ജനം ചെയ്യുകയാണവർ. ഇതിനു ഏറ്റവും യോഗ്യമായത് പുറംലോകവുമായി കൂടുതൽ ബന്ധമുള്ള ഫ്രാങ്കി തന്നെ. അവൻ എറിയുന്ന വല മൃദുവും ഊഷ്മളവുമായ പിങ്ക് നിറത്തിലുള്ളതാണെന്നുള്ളത് ശ്രദ്ധേയമാണ്.

ദാമ്പത്യം എന്ന കതകിനപ്പുറം

ഖാലിദ് റഹ്മാന്റെ പുതിയ സിനിമ *LOVE* ഹനിക്കപ്പെട്ട ആൺ ഈഗോയുടെ മസ്തിഷ്കപ്രവർത്തനത്തിന്റെ നവീന ആഖ്യാനമാണ്.

ധാരാളം കതകുകൾ അടയ്ക്കുകയും തുറക്കുകയും ചെയ്യുന്നുണ്ട് *LOVE* എന്ന സിനിമയിൽ. അനൂപും ദീപ്തിയും താമസിക്കുന്ന ഫ്ളാറ്റിനുള്ളിലേക്ക് കയറാനുള്ള കതകിനപ്പുറം ആരാണ് എത്തുന്നത് എന്നത് ഭർത്താവായ അനൂപിനു അകത്തുനിന്ന് അറിയാൻ സാധിക്കുന്നേയില്ല. ദാമ്പത്യം എന്ന കതക് *ലവി*ലേക്കാണോ തുറക്കുന്നത് എന്നയാൾ അന്വേഷിച്ചുകൊണ്ടുതന്നെ ഇരിക്കുകയാണ്. കളിയാണെങ്കിലും തമ്മിൽ ഹിംസിക്കുന്നവരുടെ ബോക്സർമാരുടെ–ഗെയിം കളിക്കുകയാണ് അയാളുടെ ഇഷ്ടവിനോദം. തന്റെ പരാജയങ്ങളാണോ ദാമ്പത്യം ഹിംസാത്മകമാക്കുന്നത് എന്ന് അയാൾ സ്വയം അന്വേഷിച്ചുകൊണ്ടിരിക്കയാണ്.

ദീപ്തി ഡോക്ടറെക്കണ്ട് മടങ്ങുകയാണ്, ഏറെ നാൾ കാത്തിരുന്ന് ഗർഭവതിയായിരിക്കയാണവൾ. പക്ഷേ, അതിൽ അത്രമാത്രം സന്തോഷിക്കാനുള്ള മാനസികാവസ്ഥയിലല്ല അവളും അനൂപും എന്ന് അവർക്ക് രണ്ടുപേർക്കും അറിയാവുന്നതാണ്. *ലവ്* എന്നത് പാടേ അപ്രത്യക്ഷമായിട്ടില്ല എന്ന് രണ്ടുപേർക്കും തോന്നുന്നുമുണ്ട്. പക്ഷേ, ഏതു കതക് തുറന്നാൽ, ഏത് കതക് അടച്ചാൽ ദാമ്പത്യത്തിലെ സ്നേഹം കണ്ടുപിടിക്കാൻ പറ്റും എന്നത് അനൂപിന്റെ മാത്രം സന്ദേഹമല്ല. ദാമ്പത്യജീവിതം എളുപ്പമല്ല എന്ന് സ്വന്തം ഇഷ്ടപ്രകാരം കല്യാണം കഴിച്ച ദീപ്തിക്കും അനൂപിനും പണ്ടേ തിരിച്ചറിവ് കിട്ടിയിട്ടുമുണ്ട്. അനൂപിന്റെ രണ്ട് സ്നേഹിതർ ഇതേ പ്രശ്നവുമായിട്ടാണ് അവിടെ പൊടുന്നനവേ വന്ന് കയറുന്നത്. ഗോകുലനും സുധിയും. (ഇവർക്ക് സിനിമയിൽ പേരുകളില്ല, ഗോകുലനും സുധി കോപ്പയും അഭിനേതാക്കളാണ്. ഷൈൻ

ടോം ചാക്കോയ്ക്കും രജീഷ വിജയനും മാത്രമേ പേരുകളുള്ളൂ. അനൂപിന്റെ കാമുകി ഹരിതയാണെന്ന് സൂചനയുണ്ട്).

ഗോകുലനു തന്റെ ബിസിനസ് പൊളിഞ്ഞതും ഷെൽബി എന്നൊരാൾ അത് കൈയടക്കി ഭാര്യയേയും കൈവശപ്പെടുത്തിയതും അനൂപിനെ അറിയിക്കണമെന്നുണ്ട്. സുധിയാകട്ടെ സ്നേഹരാഹിത്യമുള്ള ദാമ്പത്യത്തിൽ അകപ്പെട്ട് പോയി പുതിയ ഗേൾ ഫ്രണ്ടുമായാണ് (അവൾക്ക് ഭർത്താവും ഒരു കുട്ടിയുമുണ്ട്) എത്തിയിരിക്കുന്നത്. ജീവിതം ആസ്വദിക്കുക എന്നത് മദ്യക്കുപ്പി തുറന്ന് ഒന്നോടെ വെള്ളം ചേർക്കാതെ വായിലേക്ക് കമഴ്ത്തുക എന്നായി ചുരുങ്ങിയിട്ടുണ്ട് മൂന്ന് ആണുങ്ങൾക്കും.

ഖാലിദ് റഹ്മാൻ കഥ പറയാൻ തെരഞ്ഞെടുത്തിരിക്കുന്നത് വിവിധ സ്പെയ്സുകൾ സൃഷ്ടിക്കപ്പെടുന്ന ഫ്ളാറ്റിൽ ആണ്. സിനിമ ഏകദേശം സമാന്തരമാക്കുന്നത് അനേകം കോണുകളും വാതിലുകളുമുള്ള അനൂപിന്റെ തലച്ചോറിലെ ഇടങ്ങൾ എന്ന രീതിയിലാണ്. കഥ വികസിക്കുന്നതും ചിലവാതിലുകൾ അടച്ചും ചിലത് തുറന്നും ആണ്. കുളിമുറിയുടെ ഭിത്തികൾ അകത്തേക്ക് നീങ്ങി അയാളെ അതിനിടയ്ക്ക് പെടുത്തുമെന്ന് അയാൾക്ക് പേടിയുമുള്ളതായി ദൃശ്യങ്ങൾ ഉണ്ട്. കയറി വന്നവർ അദൃശ്യരുമാണ്. അതുകൊണ്ട് തന്നെ ദീപ്തിയുടെ അച്ഛൻ വന്ന് കയറിയപ്പോൾ അറിയുന്നില്ല മറ്റ് രണ്ടു പേർ അവിടെയുണ്ട് എന്ന്. ദാമ്പത്യത്തിലെ ചതിക്ക് ഹിംസ, അതും കൊലപാതകം വരെ എത്തുന്ന രീതിയിലുള്ളത്, ആവാമെന്നാണ് ഗോകുലന്റെ വാദം. ആസന്നമാകുന്ന ഹിംസയിൽ നിന്ന് രക്ഷപ്പെടാൻ പഴുതുകളന്വേഷിക്കുന്നവനാണ് സുധി. ഭാര്യയുമായി എല്ലാം പറഞ്ഞുതീർത്ത് ആ ബന്ധം നിലനിർത്താനാണ് അയാളുടെ ശ്രമം. എന്നാൽ ഗേൾ ഫ്രണ്ടിനെ വിട്ടുകളയാനാവുന്നുമില്ല. സമയം എന്നതിനെ ചുരുക്കിയും ദീർഘിപ്പിച്ചും തിരിച്ചിട്ടും വിഭ്രാന്തി

സൃഷ്ടിക്കുന്നതിൽ വിജയിച്ചിട്ടുണ്ട് കഥയും തിരക്കഥയും എഴുതിയ സംവിധായകൻ.

ഹിംസ ദാമ്പത്യത്തിന്റെ ഒരു ഭാഗമാണെന്ന് അനൂപിനു നിശ്ചയമുണ്ട്. അത് സ്വാഭാവികവുമാണെന്നാണ് അയാൾ ദീപ്തിയുടെ അച്ഛനോട് പറയുന്നത്. ഭാര്യമാർ അസംബന്ധം പറയുകയോ പ്രവർത്തിക്കുകയോ ചെയ്താൽ അവരെ ആക്രമിക്കാൻ ഭർത്താക്കന്മാർ തുനിഞ്ഞാൽ തെറ്റില്ലത്രേ. എന്നാൽ ദീപ്തിയുടെ അച്ഛൻ പരസ്പര ഹിംസ എന്താണെന്ന് ചെറിയതോതിൽ അനൂപിനു മനസ്സിലാക്കിക്കൊടുക്കുന്നുമുണ്ട്. ദാമ്പത്യത്തിലെ പൊട്ടലുകൾ സ്വാഭാവികമാണെന്ന് ഗോകുലൻ സമർത്ഥിക്കുന്നുണ്ട് ("പ്ലേറ്റ് അല്ലേ, പൊട്ടും"). തന്റെ മാനസിക സംഘർഷങ്ങൾക്ക് ആൾരൂപം നല്കി അവരുമായി യുക്തിവാദത്തിൽ ഏർപ്പെട്ട് സ്വാസ്ഥ്യം കൈവരിക്കാമെന്ന വിഫലചിന്ത പേറുന്ന അനൂപ് തികച്ചും ദയനീയമായ അവസ്ഥയിലാണ്.

ഏറെനാൾ കാത്തിരുന്നാണ് ദീപ്തി ഗർഭവതിയായിരിക്കുന്നത്. അത് താമസിച്ചതിൽ തന്നെ തന്റെ പുരുഷത്വത്തിനോടുള്ള വെല്ലുവിളി അടങ്ങിയിരുന്നോ എന്ന ആശങ്ക അനൂപിനുണ്ട്. നേരത്തെ ഒരുവളെ ഗർഭവതിയാക്കി ആ ഗർഭം അലസിപ്പിച്ചു കളഞ്ഞ ചരിത്രവുമുണ്ട് അനൂപിന്. പക്ഷേ, ഭാര്യയോട് കലഹിക്കുമ്പോൾ ഇത് ഒരു ന്യായമായിട്ട് കൊണ്ടുവരാൻ കഴിയില്ലല്ലോ. എം ജി റോഡിൽ ഒരു കഫേ തുടങ്ങിയത് പരാജയത്തിൽ കലാശിച്ചിരിക്കയുമാണ്. തോല്‌വി ബോധം അപകർഷതാബോധത്തോട് ചേർന്ന വേള. ആത്മഹത്യ ഒരു പോംവഴിയായിക്കാണാൻ ശ്രമിക്കുന്നുമുണ്ട് അനൂപ്. ആത്മഹത്യ ഒരുമാതിരി 'ഹീലിങ്' ആണെന്ന് ഗോകുലൻ വാദിക്കുന്നുമുണ്ട്. ആത്മഹത്യ, കൊലപാതകം ഇവ രണ്ടും എന്തുകൊണ്ട് ആവശ്യകരമായി വരുന്നു ആത്മാവിന്റെ രക്ഷയ്ക്ക് എന്നത് വിശദമായി വാദിക്കുന്നുണ്ട് അനൂപിന്റെ അപരനായ ഗോകുലൻ. അവസാനത്തെ വാതിൽ ബെല്ലടിക്കുമ്പോൾ തന്റെ ശത്രുവായ ഷെൽബിയോ, മറ്റ് ഒരു അപരനോ പൊലീസോ വെറും ഒരു

സുധി കോപ്പ

ഖാലിദ് റഹ്മാൻ

അന്യനോ എന്ന് ശങ്കിക്കുന്ന അനൂപിനു മുൻപിൽ വാതിൽ തുറക്കുമ്പോൾ പ്രത്യക്ഷപ്പെടുന്നത് അയാൾ പ്രതീക്ഷിക്കാത്ത യാഥാർത്ഥ്യമാണ്. അനൂപിനോടൊപ്പം പ്രേക്ഷകനും ഞെട്ടുന്നു എന്ന രീതിയിലാണ് ചാതുര്യവാനായ സംവിധായകൻ ആ രംഗമൊരുക്കിയിരിക്കുന്നത്. മലയാളം സിനിമകളിൽ അത്യപൂർവ്വമായി കാണപ്പെടുന്ന രംഗചിത്രീകരണം.

കുടുംബവ്യവസ്ഥ എന്നത് മനുഷ്യൻ നിർമ്മിച്ചെടുത്തപ്പോൾത്തന്നെ ആവിർഭവിച്ചതാണ് ദാമ്പത്യം എന്ന കീറാമുട്ടി നേരിടുക എന്ന ദുർഘടം. പരിണാമം നിഷ്കർഷിച്ചിട്ടുള്ളതല്ല ഇത് എന്നതുകൊണ്ട് ഭർത്താവ്, ഭാര്യ എന്ന പദവികൾ കൈകാര്യം ചെയ്ത് കൊണ്ടു നടക്കുക എന്നത് വളരെ വിഷമം പിടിച്ച പണിയാണ്. ചിന്തിക്കാനും ആവിഷ്കരിക്കാനും ഭാവന മെനയുന്ന ആവിഷ്കാരങ്ങളിൽ അഭിരമിച്ച് അവ വഴി ആത്മസ്വാസ്ഥ്യം നേടാനും കഴിവുള്ള ഒരു തലച്ചോർ മാത്രമാണ് പരിണാമം മനുഷ്യനുവച്ചു കൊടുത്തിട്ടുള്ളത്. ഇത്തരം ആവിഷ്കാരതന്ത്രങ്ങൾ ഉള്ളിൽ അപരനെയോ അപരന്മാരെയോ സൃഷ്ടിച്ച് അവരുമായി താദാത്മ്യം പ്രാപിച്ച് സമസ്യകൾ നിർദ്ധാരണം ചെയ്തെടുക്കാൻ പറ്റിയെങ്കിൽ എന്ന് ആശിച്ചു പോകുകയാണ് പാവം മാനവഹൃദയം പലപ്പോഴും. ഖാലിദ് റഹ്മാൻ ഇത് ബുദ്ധിപരമായിത്തന്നെയാണ് സിനിമയിൽ ചിത്രണം ചെയ്തിട്ടുള്ളത്. അനൂപിന്റെ രക്ഷാമാർഗ്ഗങ്ങൾ ഇത്തരം അപരത്വത്തിലൂടെ തെളിയുന്നുണ്ടോ എന്ന അന്വേഷണമാണിത്. ദാമ്പത്യം എന്നത് വിട്ടുവീഴ്ചകളില്ലാത്ത ഒരു ചട്ടക്കൂടാകുമ്പോൾ പ്രേമം അല്ലെങ്കിൽ നിഷ്കളങ്ക സ്നേഹം അതിൽ എങ്ങനെ ലയിപ്പിച്ചെടുക്കണം എന്നത് വെല്ലുവിളി തന്നെ. മത്സരബുദ്ധി ഉടലെടുക്കുന്ന ആധുനികകാലത്ത് കായബലം കൂടുതലുള്ള ആണിനു ആ ബലിഷ്ഠത ഉപയോഗിക്കാൻ തോന്നുകയാണ് തന്റെ ഈഗോയ്ക്ക് ക്ഷതമേല്ക്കുമ്പോൾ. അമ്മായിയച്ഛൻ വന്ന് ചെകിട്ടത്തൊന്നു പൊട്ടിച്ചാൽ മാറാനുള്ളതല്ല പരിണാമവിധിക്കെതിരെ തുഴയുന്നവന്റെ അമർഷം. ഇതിന്റെ എല്ലാ വരുംവരാഴികകളും പ്രത്യാഘാതങ്ങളും ത്രാസിലിട്ട് തൂക്കിനോക്കുന്നുണ്ട് അനൂപ് തന്റെ അപരന്മാരിലൂടെ. വിഭ്രാന്തിയിൽ സൃഷ്ടിക്കപ്പെട്ട അവർ എത്രമാത്രം സഹായകരമാകുന്നുണ്ടെന്ന് അനൂപിനും നിശ്ചയമില്ല. ആത്മഹത്യക്ക് തുനിയുന്ന അതേ നിമിഷമാണ് അതിന്റെ സാധുത വിശദീകരിച്ചുകൊണ്ട് അയാളിലെ ഗോകുലൻ പുറത്തു ചാടുന്നത്. ആത്മഹത്യയെക്കുറിച്ച് ദയനീയമായി സ്വയം

രജീഷ വിജയൻ

വിചിന്തനം നടത്തുന്നുമുണ്ട്. അനൂപിനു ഈ അന്യവല്ക്കരിക്കപ്പെട്ട വിശകലനം ആവശ്യമാണ്, ഓരോ തീരുമാനത്തിനും. കാരണം തന്റെ ഭാര്യയെ ഹൃദയത്തിന്റെ ഏതോ കോണിൽവച്ച് ഇഷ്ടപ്പെട്ടു പോയവനാണയാൾ. ഈ ദ്വന്ദാനുഭൂതികൾ തന്നെയാണ് അയാളുടെ സംഘർഷഹേതുവും. അതുകൊണ്ടുതന്നെ അനൂപിനു അയാളുടെ ഉള്ളിലെ ഗോകുലനേയും സുധിയേയും വിളിച്ചു വരുത്തി അന്വേഷിക്കേണ്ടതുണ്ട്, തന്റെ ചെയ്തികൾക്കും മനോനിലകൾക്കും സാധുത ലഭിക്കാൻ വേണ്ടി. ഗോകുലനും സുധിക്കും സ്ഥായിയായിട്ടുള്ളത് ദൈന്യത തന്നെ. “എന്തിനാ ചാവണേ, പ്രതികാരം ചെയ്യണം” എന്ന് വിചാരിക്കുന്നത് പരിണാമവ്യവസ്ഥയും കുടുംബവ്യവസ്ഥയും സൃഷ്ടിച്ച വിപരീതദ്വന്ദങ്ങളിൽ പെട്ടു പോയവന്റെ ദയനീയ വിലാപമാണ്, തോറ്റു പോയവന്റെ ചാപല്യബലം.

പെട്ടെന്ന് പൊട്ടിപ്പോകുന്ന male ego കഥനങ്ങൾ നമുക്ക് സുപരിചിതങ്ങളാണ്. *രാമായണ*ത്തിലെ ശ്രീരാമനും ഷേക്സ്പിയറുടെ *ഒഥെല്ലോയും*പോലെ. ഈഗോയുടെ ശ്ലഥനം ഭാര്യയുടെ കൊലപാതകത്തിൽ എത്തുന്നത് നാടകങ്ങളിലും സിനിമകളിലും ആവർത്തിച്ച് പ്രയോഗിക്കപ്പെട്ട സന്ദർഭാഖ്യാനമാണ്. ഖാലിദ് റഹ്മാൻ പുതുപുത്തൻ ആഖ്യാനരീതിയുമായാണ് വരവ്, അദ്ദേഹം വിജയിച്ചിട്ടുമുണ്ട്. പക്ഷേ, വിപരീതസാഹചര്യത്തിൽ വേണ്ടും വണ്ണം പ്രതികരിച്ച് സ്വന്തം ജീവനും അതോടൊപ്പം വയറ്റിൽ വളരുന്ന കുഞ്ഞിന്റെ ജീവനും സംരക്ഷിക്കുന്ന സ്ത്രീയെ ചിത്രീകരിച്ച് വിപ്ലവാത്മകരമായ സ്ത്രീപക്ഷശുഭാന്ത്യം

നല്കാൻ ശ്രദ്ധിച്ചിട്ടുണ്ട് സംവിധായകൻ.

യുക്തിയുടെയും നീതിബോധത്തിന്റെയും ശരികളുടെയും തലച്ചോർ കേന്ദ്രങ്ങൾ എപ്പോഴും വികാരങ്ങളുടെയും അതിജീവനപ്പൊരുതലിന്റെയും തദനുസാരിയായ അക്രമാസക്തിയുടെയും അതിരുകടക്കൽ അറിയണമെന്നില്ല. *LOVE* എന്നത് എത്ര മാത്രം യുക്തിബദ്ധമാണെന്നുള്ളത് ദാമ്പത്യത്തിലെത്തുമ്പോൾ ചോദ്യം ചെയ്യപ്പെട്ടേക്കാം. "ഒരു തവണയെങ്കിലും ഭാര്യയെ കൊല്ലാനാലോചിക്കാത്ത മനുഷ്യരുണ്ടോ" എന്നാണ് മുറിവേറ്റ അഹന്ത ചോദിക്കുന്ന ചോദ്യം. എത്ര കതകുകൾ തുറന്നാൽ എത്ര കതകുകൾ അടച്ചാൽ യഥാർത്ഥ *ലവി*ന്റെ വഴികൾ തെളിയും എന്നതിനു നിശ്ചയമില്ല എന്ന് സിനിമ അനുഭവപ്പെടുത്തുന്നു. ഇതിനിടയ്ക്ക് മരണങ്ങൾ സംഭവിക്കുക സ്വാഭാവികം. സിനിമ തീർത്തിരിക്കുന്നത് ഇത് സമർത്ഥിച്ചുകൊണ്ടാണ്.

സാറായുടെ തെരഞ്ഞെടുപ്പുകൾ സിനിമ തെളിയിക്കാത്തത്

Sara's എന്ന സിനിമ അതിന്റെ പേരുകൊണ്ട് ഉദ്ദേശിക്കുന്നത് സാറയുടെ തെരഞ്ഞെടുപ്പുകൾ, തീരുമാനങ്ങൾ, ഗർഭം ഇവയിലൊന്നോ എല്ലാമോ ആയിരിക്കാം. പ്രസവിക്കണോ വേണ്ടയോ എന്നത് സ്ത്രീ തീരുമാനിക്കേണ്ടതാണ്, "ഞാൻ പ്രസവിക്കില്ല" എന്ന് തീർത്തു പറയുന്ന സ്ത്രീയെ ബഹുമാനിക്കേണ്ടതാണെന്നും മലയാളസിനിമയിലെ നായിക ഇങ്ങനെ പ്രഖ്യാപനം നടത്തുമ്പോൾ ആശ്വസിക്കേണ്ടതാണെന്നും അഭിനന്ദനാർഹമാണെന്നും ചിന്തിക്കുന്നവർ ഏറെയുണ്ട്, പ്രത്യേകിച്ചും സ്ത്രീകൾ. പ്രസവവേദനയെക്കുറിച്ചുള്ള ഭീതിദമായ കഥകൾ പലേ പെൺകുട്ടികളെയും പ്രസവം എന്നുള്ളത് ഒഴിവാക്കാൻ പ്രേരിപ്പിക്കാറുണ്ട്, സാക്ഷ്യങ്ങൾ ഏറെയുണ്ടുതാനും. അവരെയെല്ലാം പ്രതിനിധീകരിക്കുന്ന സാറായുടെ കഥ തികച്ചും സ്വാഗതാർഹമാണെന്ന് നിരവധി സ്ത്രീകൾ പ്രഖ്യാപിച്ചും കഴിഞ്ഞു.

എന്നാൽ *സാറാസ്* എന്ന സിനിമ പൊതുനോട്ടത്തിൽ സ്ത്രീപക്ഷമാണെന്നും പ്രസവം എന്നത് തെരഞ്ഞെടുക്കാനുള്ള സ്ത്രീയുടെ അവകാശത്തെ പ്രക്ഷേപണം ചെയ്യുന്നു എന്നും വിശ്വസിച്ചു പോയവരാണിവർ. സിനിമയുടെ ഋജുവല്ലാത്ത സമീപനങ്ങളും ശബ്ദായമാനമായ ചിത്രീകരണവും മാത്രം ശ്രദ്ധിച്ച് സാറായുടെ തീരുമാനങ്ങളെ സ്വാധീനിച്ച ഘടകങ്ങളേയും അവ എങ്ങനെ ഉരുത്തിരിഞ്ഞു എന്നതിനേയും പറ്റി ആലോചിക്കാതെ, സിനിമ മെനഞ്ഞെടുക്കുന്ന ലോജിക്കുകൾ സൂക്ഷ്മമായി ശ്രദ്ധിക്കാതെയും പോയതിന്റെ അപകടകരമായ പരിണതിയാണ് ഈ തോന്നൽ. സിനിമ അവസാനിക്കുന്ന സീൻ ശ്രദ്ധിച്ചാൽ ഇത് എളുപ്പം മനസ്സിലാകുന്നതാണ്. സാറയുടെ അച്ഛനും ഭർത്താവും അവർ കാരണമാണ് സാറയുടെ വിജയം സാദ്ധ്യമായത്

എന്ന് അവകാശപ്രഖ്യാപനം നടത്തുന്ന രംഗം ചേർത്തിട്ടുണ്ട് അവിടെ. ഗർഭധാരണം, മാതൃത്വം, പേരെന്റിങ്, സ്ത്രീയുടെ കരിയർ നിർമ്മിതി ഇവയെക്കുറിച്ച് വികലധാരണകളുള്ള സാറയെ മുൻനിർത്തി സ്ത്രീപക്ഷമെന്ന് തോന്നിപ്പിക്കുന്ന ആഖ്യാനം ഉരുത്തിരിച്ച് തെറ്റിദ്ധാരണ ഉളവാക്കുന്നതാണ് *സാറാസ്*. ബാല്യകാലത്ത് സാറയ്ക്കുള്ളിൽ കടന്നുകൂടിയ ഗർഭപ്പേടി (Tokophobia) ഒളിച്ചുവയ്ക്കാൻ മറ്റ് കാരണങ്ങൾ കൊണ്ടുവരുന്നതുപോലെയാണ് സാറായുടെ പാത്രനിർമ്മിതിയും സിനിമയുടെ ആഖ്യാനപരിസരവും.

സിനിമ തുടങ്ങുന്നതുതന്നെ സ്കൂൾ കുട്ടിയായ സാറാ പ്രസവം വേണ്ടെന്ന് പ്രഖ്യാപിക്കുന്നതോടെയാണ്. പ്രസവവേദനയെക്കുറിച്ച് പേടികൾ നിറഞ്ഞ കഥകൾ കേൾപ്പിച്ച് വളർത്തപ്പെടുന്ന പെൺകുട്ടികൾ ധാരാളമുണ്ട്, റ്റോകോഫോബിയ (Tokophobia) എന്ന മാനസികപ്രശ്നത്തിൽ എത്താറുമുണ്ട്. എന്നാൽ പ്രസവം സ്ത്രീയുടെ 'ചോയ്സ്' മാത്രമാണെന്ന് വ്യക്തമാക്കുന്നത് സിനിമയുടെ ഒരു ഉദ്ദേശമായി സംവിധായകൻ കരുതിയിട്ടുണ്ടെങ്കിൽ ഈ ആശയം അവിടെ തകർന്നുപോകയാണ്. വരാൻ പോകുന്ന കഥയിൽ സാറാ എന്തുവന്നാലും പ്രസവം നിരാകരിക്കുന്നവളായിരിക്കും എന്ന് പറഞ്ഞുവയ്ക്കുന്നതോടെ സ്ത്രീയുടെ സ്വാതന്ത്ര്യം എന്ന ആശയം ആദ്യമേ ഇല്ലാതാകുകയും ഒരു മാനസികപ്രശ്നത്തിൽ ഒതുക്കുകയും ചെയ്യപ്പെടുന്നു. (റ്റോകോഫോബിയയുടെ കേസ് സ്റ്റഡി മാത്രമാണ് സിനിമ എന്ന് ഡോ. മെലിൻ ഫ്രാൻസ് എഴുതിയിട്ടുണ്ട്, ട്രൂ കോപ്പിയിൽ). കരിയറിന്റെ ഒരു സന്ദിഗ്ദ്ധഘട്ടത്തിൽ പ്രെഗ്നൻസി ഒഴിവാക്കേണ്ടി വരുമ്പോൾ എടുക്കുന്ന തീരുമാനം എന്നൊരു സാഹചര്യത്തിലേക്ക് സിനിമയെ വളർത്തിയെടുക്കാനുള്ള എല്ലാ സാദ്ധ്യതയും സിനിമയുടെ തുടക്കത്തിൽത്തന്നെ ഇല്ലാതാക്കുകയാണ് സംവിധായകനും കഥാകൃത്തും ചെയ്തത്. Shoot yourself on the foot എന്ന പ്രയോഗത്തെ ഓർമ്മിപ്പിക്കുന്ന മാതിരി ഗർഭധാരണവും പ്രസവവും സ്ത്രീയുടെ തെരഞ്ഞെടുപ്പ് അവകാശമായിരിക്കേണ്ടതില്ലെന്നും വെറും പേടി മാത്രമാണ് അതിന്റെ പിന്നിൽ എന്ന് സ്ഥാപിക്കപ്പെടുകയും ചെയ്യ

പ്പെട്ട് ഇനി അധികം കഥ പറയാനില്ലെന്ന് സംവിധായകൻ വ്യക്തമായി സൂചിപ്പിക്കുകയുമാണ്. പിന്നീടും സാറ പകൽ മയക്കത്തിൽപ്പോലും ദുഃസ്വപ്നം കാണുന്നത് ഗർഭകാലം ശാരീരികമായി വൻ ബുദ്ധിമുട്ടുകൾ വരുത്തിത്തീർക്കുന്നതായിട്ടാണ്. ഗർഭകാലത്തെ കളിയാക്കുന്ന രീതിയിലുള്ള പാട്ട് നിബന്ധിച്ചും ഗർഭം എന്നതിനെ കാരിക്കേച്ചർ ചെയ്തും അവതരിപ്പിക്കാനാണ് സംവിധായകൻ ശ്രദ്ധിച്ചിട്ടുള്ളത്.

പ്രസവിക്കാൻ പേടി മാത്രമല്ല സാറായ്ക്ക്, കുട്ടികളോട് അത്രമമതയുമില്ല. ജീവന്റെ ഫ്ളാറ്റിൽ വച്ച് അവിടെയുള്ള രണ്ട് കുട്ടികളോട് കഴിയുന്നതും അകലാൻ ശ്രമിക്കുന്നുണ്ട് അവൾ. കുട്ടികളെ എന്തുകൊണ്ട് ഇഷ്ടപ്പെടേണ്ടതില്ല എന്ന് തെളിയിക്കാൻ അവരെ അവാഞ്ഛനീയവികൃതജീവികളായി ചിത്രീകരിച്ച് ഒഴിവാക്കപ്പെടേണ്ടതിന്റെ ആവശ്യകത ബോദ്ധ്യപ്പെടുത്തുന്ന ധാരാളം സീനുകളും ചേർക്കപ്പെട്ടിട്ടുണ്ട്. പെൻസിൽ മഗ് വെറുതേ ഉടയ്ക്കുന്നവരും ഭിത്തിയിൽ കുത്തിവരയ്ക്കുന്നവരും പൊടുന്നനവേ തറുതല പറയുന്നവരുമാണ് കുട്ടികൾ എന്ന് ജീവനു നിശ്ചയമുണ്ട്, ജീവൻ തന്നെ തന്റെ പ്രതിശ്രുത വരൻ എന്നു തീരുമാനമെടുക്കാൻ സാറയ്ക്ക് എളുപ്പമാകുകയും ചെയ്യുന്നു. മറ്റൊരിടത്ത് കുട്ടികളെ ഇഷ്ടമില്ലാഞ്ഞിട്ടല്ല എന്ന് സാറ അച്ഛനോട് പറയുന്നുണ്ടെങ്കിലും അതിനു സാധുതയൊന്നും സിനിമ മുന്നോട്ട് വയ്ക്കുന്നില്ല. നിലത്ത് മൂത്രമൊഴിക്കുമ്പോൾ അത് തുടയ്ക്കേണ്ടി വരിക എന്നത് ഒരു ഹീനകൃത്യമായി സാറയ്ക്ക് അനുഭവപ്പെടുന്നത് കുഞ്ഞുങ്ങളെ വെറുക്കാനുള്ള പൊതുകാരണമാണെന്ന രീതിയിലാണ് സിനിമാസമർത്ഥനം. ഇത് സാറായ്ക്ക് ഗർഭമൊഴിവാക്കാനുള്ള ഒരു കാരണമെന്ന നിലയിലാണ് അവതരണം. സിനിമാ തിയേറ്ററിൽ കുഞ്ഞ് കരയുമ്പോൾ പുറത്തേക്ക് പോകാൻ തയ്യാറെടുക്കുന്ന അമ്മയോടു സാറായുടെ ബോയ്ഫ്രണ്ട് ജീവനും അവൾക്കും ആക്ഷേപമാണ്, 'country bloody families' എന്നാണ് വിദ്വേഷവാക്യം.

പേരെന്റിങ് ആർക്ക്, എങ്ങനെ

പത്തിരുപതു കൊല്ലത്തെ ത്യാഗങ്ങൾ, അതിൽ റിസ്കുകൾ ധാരാളമുണ്ട് ഇതാണ് സാറായുടെ പേരന്റിങ്ങിനെക്കുറിച്ചുള്ള ധാരണ. "അതിനു പറ്റാത്തവർ ആ പണിക്ക് പോകരുത്" എന്ന് അവൾ സമർത്ഥിക്കുന്നുണ്ട്. ഇതു തന്നെ സാറയുടെ ഗൈനക്കോളജിസ്റ്റും പറയുന്നുണ്ട്. സിനിമയുടെ പ്രധാനസന്ദേശമായി ഉറപ്പിക്കാനായിരിക്കും ഡോക്ടറെക്കൊണ്ടും ഇങ്ങനെ പറയിച്ചത്. നൈസർഗ്ഗികമായ കഴിവുകൾ മക്കൾ പാലനത്തിൽ ഉണ്ട്, പക്ഷേ, ആധുനികസമൂഹത്തിനിണങ്ങുന്ന വിധത്തിൽ ഒരു പൗരനെ വാർത്തെടുക്കാൻ അത് പോരാതെ വന്നേക്കും. അതിനു കൗൺസലിങ് ലഭിക്കാനുള്ള ഉപാധികൾ ഉണ്ട് എന്ന് സാറയ്ക്കും ഡോക്ടർക്കും അറിവില്ല എന്ന് സിനിമ സൂചിപ്പിക്കുന്നു. പേരെ

അന്ന ബെൻ, സണ്ണിവെയ്ൻ

ന്റിങ് അറിയാത്തതുകൊണ്ട് കുട്ടികൾ വേണ്ട എന്ന വാദം തികച്ചും അന വസരയുക്തിയാണ്, ജന്തുസഹജമായ ചോദനകൾക്ക് വിരുദ്ധവുമാണ്. ഗർഭധാരണത്തോടുള്ള (അകാരണ) പേടി മാത്രമല്ല പേരന്റിങ്ങിനു പറ്റാത്തവൾ കൂടി ആണവൾ എന്ന് സ്ഥിരീകരിക്കപ്പെടുകയാണ് ഗൈനക്കോളജിസ്റ്റിന്റെ സഹായത്തോട് കൂടിത്തന്നെ.. 'ആക്സിഡന്റൽ ഗർഭധാരണം' സംഭവിച്ചിട്ട് ഗർഭസ്ഥ ശിശുവിനെ വേണോ വേണ്ടയോ എന്ന് ആലോചിക്കുന്ന സ്വതന്ത്രസ്ത്രീയുടെ അവസ്ഥയുമായി ബന്ധമില്ലാതാകുകയാണ് സാറയുടെ കടുംപിടിത്തങ്ങൾ. എന്തുകൊണ്ട് പ്രസവത്തെ പേടിക്കുന്നു എന്നതിനു ഒരു ഉത്തരവും, കൗൺസലിങ് ഉൾപ്പെടെ, തേടാൻ അവൾ ശ്രമിക്കുന്നില്ല, അവളുടെ അച്ഛനും അമ്മയും ഇതിനൊരു ഉത്തരം കണ്ടെത്താൻ ശ്രമിക്കുന്നുമില്ല.

സാറായുടെ ആത്യന്തിക ഉദ്ദേശം ലോകത്തിനു എന്തെങ്കിലും സംഭാവന ചെയ്യണം എന്നാണെന്ന് അവൾ തെളിച്ചു പറയുന്നുണ്ട്. മാതൃത്വം എന്നത് ഇതിനു വിഘാതമാണ് എന്ന തത്ത്വശാസ്ത്രം അവൾ മെനഞ്ഞെടുത്ത പാഴ്ക്കഥയാണ്. കല്യാണാഘോഷ സമയത്ത് "ഭാവിയിലെ അഞ്ജലി മേനോനാണ്" എന്ന പുകഴ്ത്തൽ കേട്ടവളാണവൾ. അഞ്ജലി മേനോനു ഒരു മകൻ ഉണ്ടെന്നുള്ള സത്യം അറി

ജൂഡ് ആന്റണി ജോസഫ്

യാതെ വന്നോ സാറാ? കുടുംബവും സിനിമാലോകവും തമ്മിൽ കണിശമായി വേർതിരിച്ചാണ് രണ്ടും സമന്വയിക്കുന്നത് എന്ന് അഞ്ജലി മേനോൻ ഒരു ഇന്റർവ്യൂവിൽ വ്യക്തമാക്കിയിട്ടുണ്ട്. ലോകത്തെ പല സ്ത്രീ സംവിധായികമാരും കുഞ്ഞുങ്ങളുള്ള കുടുംബമായി ജീവിക്കുന്നവരാണെന്ന് സാറാ അറിയാതെ പോയിട്ടുണ്ട്. പ്രസിദ്ധ സിനിമാനടികൾ ലോകത്ത് എത്രയോ ഉണ്ട് പ്രസവിച്ച് കുഞ്ഞുങ്ങളെ വളർത്തിയവർ. എന്നിട്ടും സിനിമാപ്രവർത്തനവും സ്ത്രീയുടെ കുടുംബ താല്പര്യങ്ങളും ഒത്തുപോവുകയില്ലെന്ന് വാശി പിടിക്കുകയാണ് ഈ സിനിമ. തീർച്ചയായും പ്രസവത്തോടുള്ള പേടി മറച്ചുവയ്ക്കാൻ മറ്റ് കാരണങ്ങൾ നിരത്തുകയായിരിക്കണം സാറാ, സംശയിക്കേണ്ടിയിരിക്കുന്നു. അവൾ സംവിധാനം ചെയ്യുന്ന സിനിമയിൽ വിവാഹാനന്തരം കുഞ്ഞുങ്ങളുമായി അഭിനയം വിട്ടുപോയ അഞ്ജലിയെ ഉൾക്കൊള്ളിക്കുന്നുണ്ട്. മൂന്ന് കുഞ്ഞുങ്ങൾ ഉണ്ടവർക്ക്. വിവാഹം, കുടുംബം, കുഞ്ഞുങ്ങൾ ഒക്കെ ഒരു സ്ത്രീയുടെ സിനിമാകരിയർ നിർമ്മിതിയിൽ അത്രകണ്ട് ബാധകമാകുന്നതല്ലെന്ന് സ്വയം തെളിയിക്കുകയാണ് സാറാ ഈ ചെയ്തികൊണ്ട്. ഇതിനു മുൻപ് തന്നെ സാറ തന്റെ ഇരട്ടത്താപ്പ് നയം വ്യക്തമാക്കുന്നുമുണ്ട്. സിനിമ സംവിധാനം ഇനിയും ആകാമല്ലോ എന്ന് അച്ഛൻ പറയുമ്പോൾ "സിനിമയ്ക്കു വേണ്ടിയല്ല ഇത് ചെയ്യുന്നത്. പപ്പയെങ്കിലും എന്നെ മനസ്സിലാക്കുമെന്നാണ് കരുതിയത്" എന്നാണ് അവൾക്ക് സമർത്ഥിക്കാനുണ്ടായിരുന്നത്. എന്നാൽ അധികം താമസിയാതെ ഭർത്താവ് ജീവനോട് "എന്റെ കാരിയറോ? ഇതുമായി മുന്നോട്ട് പോയാൽ രണ്ടുകൊല്ലത്തിനു മുൻപ് എവിടെയായിരുന്നോ അവിടെ തിരിച്ചെത്തും. ഞാൻ സ്വപ്നം കണ്ട സിനിമയോ?" എന്ന് തർക്കിക്കുന്നുണ്ട്. സ്ത്രീയുടെ തെരഞ്ഞെടുപ്പ് സ്വാതന്ത്ര്യമായി ഉദാഹരിക്കാൻ പറ്റാത്തതാണ് സാറയുടെ ഇത്തരം നിലപാടുകൾ. പേരെന്റിങ് അറിയാത്തതുകൊണ്ട് കുട്ടികൾ വേണ്ട എന്ന സാറായുടെ വാദം അവൾ തന്നെ അട്ടിമറിക്കുകയാണ്. പാത്രനിർമ്മിതിയിലെ വിശ്വസനീയത ചുരുങ്ങിച്ചെറുതാകുന്നു.

റീത്താമ്മയും മല്ലിക സുകുമാരനും

മാതൃത്വം എന്നതിനെക്കുറിച്ച് വികലധാരണകളാണ് സാറായ്ക്ക്. റീത്താമ്മയോട് "അമ്മച്ചി എന്താ ചെയ്തത്? മക്കളെ വളർത്തി വലുതാക്കിയതോ" എന്ന് നേരേ ചോദിക്കുന്നുണ്ടവൾ. ലോകത്തെ എല്ലാ അമ്മമാ

രേയും ഒറ്റയടിക്ക് നിസ്സാരരാക്കി വീഴ്ത്തിക്കളഞ്ഞിരിക്കുന്നു സാറാ. പേരെന്റിങ് എല്ലാ സ്ത്രീകൾക്കും പറ്റിയതല്ലെന്ന് വാദിക്കുന്നവൾക്ക് അത് വിദഗ്ദ്ധമായി സാധിച്ചെടുത്തവരോട് ആദരവ് തോന്നേണ്ടതല്ലേ എന്ന ചോദ്യം ഉദിപ്പിക്കത്തക്ക വിധത്തിലാണ് റീത്താമ്മയുടെ മാതൃത്വത്തെ നിന്ദിച്ചപമാനിക്കുന്നത് അവൾ. റീത്താമ്മയുടെ മൂത്തമകൾ ഒരു ഡോക്ടറാണ്, രണ്ടാമത്തെ മകൻ ഉയർന്ന ഐ റ്റി ജോലിക്കാരനുമാണ്. ഇവരെ വളർത്തിയെടുത്തത് അത്ര കാര്യമല്ലെന്നും ലോകത്തിനു ഒരു സംഭാവനയും റീത്താമ്മ നല്കിയിട്ടില്ലെന്നുമാണ് സാറായുടെ വാദം. മക്കൾ അവരോടൊപ്പം വന്ന് നില്ക്കാൻ ആവശ്യപ്പെടുന്നുമില്ല എന്നത് റീത്താമ്മയുടെ പരാജയവുമാണെന്ന് അവരെ തെര്യപ്പെടുത്തുന്നുണ്ട് സാറാ. ഇത് കേട്ട് തകർന്ന റീത്താമ്മ പൊട്ടിക്കരയുകയാണ്. റീത്താമ്മ അവരുടെ ജീവിതംകൊണ്ട് എന്തു ചെയ്യണമായിരുന്നു എന്നാണ് സാറാ ഉദ്ദേശിച്ചത് എന്ന് വ്യക്തമല്ല. റീത്താമ്മയുടെ വേഷം ചെയ്യുന്നത് മല്ലിക സുകുമാരൻ ആണെന്നുള്ളത് വിരുദ്ധകാവ്യനീതി ആയി മാറുന്നത് സംവിധായകൻ ശ്രദ്ധിച്ചിരുന്നോ എന്ന് സംശയം. പൃഥിരാജ്, ഇന്ദ്രജിത്ത് എന്നീ പ്രഗത്ഭരെ പ്രസവിച്ച് വളർത്തിയ സ്ത്രീ ആണവർ, അതേസമയം സ്ഥിരമായി അഭിനയവും തുടർന്നു, ഇന്നും അഭിനയിക്കുന്നു. പ്രസവം, പേരെന്റിങ്, കരിയർ എന്നിവ സമന്വയിപ്പിച്ച സ്ത്രീയുടെ ഉദാഹരണമായി മല്ലിക സുകുമാരൻ തന്നെ സാറായുടെ മുൻപിൽ വന്ന് നിന്നാൽ അവൾക്ക് എന്തായിരിക്കും പറയാനുള്ളത് എന്നത് കൗതുകമായി അവശേഷിക്കുന്നു. ലോകത്തിനു എന്തെങ്കിലും സംഭാവന ചെയ്യണം എന്ന നിശ്ചയം ഒരു സ്ത്രീയെ സംബന്ധിച്ചിടത്തോളം അനുമോദനീയം തന്നെയാണ്, പക്ഷേ, മക്കളെ ഉത്തമപൗരന്മാരായി വളർത്തി വിടുന്നത്

മല്ലികാ സുകുമാരൻ, അന്നാ ബെൻ

അന്നാ ബെൻ

ഒരു സംഭാവന തന്നെയെന്ന് സാറാ മനസ്സിലാക്കിയിട്ടില്ല. സാറാ അവളുടെ സിനിമാക്കഥയുടെ നിർണ്ണായകഭാഗങ്ങളുടെ വിശദാംശങ്ങൾക്കായി സമീപിക്കുന്ന ഫോറൻസിക് ഡോക്ടറായ സന്ധ്യ ഫിലിപ്പ്, റീത്താമ്മ യുടെ മകൾ, സിനിമയിലെ മറ്റൊരു വിപരീത ഉദാഹരണമാണ്. ഭർത്താവ് മരിച്ച അവർ ജോലിയും കുഞ്ഞുങ്ങളെ വളർത്തലും നൈപുണ്യത്തോ ടെയും കാര്യക്ഷമതയോടെയും സാധിച്ചെടുക്കുന്നുണ്ട്. റീത്താമ്മയുടെ വ്യർത്ഥജീവിതത്തിന്റെ ഉദാഹരണം മാത്രമായിരിക്കണം സാറായ്ക്ക് ഡോക്ടർ സന്ധ്യ. കുടുംബജീവിതവും കരിയറും സമന്വയിപ്പിക്കുന്ന സ്ത്രീകളുമായിട്ട് ഇടപഴകുന്ന സാറാ അവരിൽനിന്ന് ഒന്നും പഠിച്ചെ ടുക്കുന്നില്ല.

ബന്ധുക്കൾ എന്ന ശല്യക്കാർ

മക്കൾ മാതാപിതാക്കളെ വീട്ടിലേക്ക് ക്ഷണിക്കാത്തത് അപരാധ മാണെന്ന് റീത്താമ്മയെ ബോദ്ധ്യപ്പെടുത്തുന്ന സാറാ നേർ വിപരീതമായി ചിന്തിച്ച് ബന്ധുക്കൾ ശല്യമാണെന്നും ഒരു പണിയും നടക്കാതെ വരുമെന്നും അവളുടെ പദ്ധതികൾ മുടങ്ങുമെന്നും വിചാരിക്കുന്നുണ്ട്. ആദ്യത്തെ പടം തീർന്നിട്ട് മതി കല്യാണം എന്നാണവളുടെ അഭിപ്രായം. സാറായുടെ സിനിമയുടെ ആദ്യപ്രദർശനത്തിനുശേഷം സ്വന്തം ബന്ധുക്കാർ സഹർഷാനുമോദനവുമായി എത്തുന്നത് ആസ്വദിക്കുന്നുണ്ട് സാറാ. ബന്ധുക്കൾ ശല്യങ്ങളല്ലാതാവുന്ന വേളകളും ഉണ്ടെന്ന് സാറാ മനസ്സിലാക്കിയോ എന്തോ. കുടുംബവ്യവസ്ഥ ഒരു വെല്ലുവിളി ആയി അനുഭവപ്പെടുന്നെങ്കിൽ വിവാഹത്തിൽ ഏർപ്പെടാതിരിക്കുകയാണ് വേണ്ടത് എന്നൊരു യുക്തി ഇവിടെ തെളിഞ്ഞുവരുന്നു.

സാറായുടെ പ്രസവപ്പേടി ഗർഭം നിലനിർത്തണോ വേണ്ടയോ എന്നായി മാറിയത് തന്മയത്വത്തോടെയാണ് ഒളിപ്പിച്ചിരിക്കുന്നത്. റ്റോകോഫോബിയ എങ്ങനെ മാറി എന്നത് സിനിമയിൽ വ്യക്തമാക്കാൻ ഒരുമ്പെടുന്നില്ല സംവിധായകൻ. ഡോക്ടറോടും അവൾ പറഞ്ഞിട്ടില്ല ഇത് എന്നാണ് സൂചനകൾ. കരിയറിന്റെ പ്രശ്നം മാത്രമായി ചുരുക്കിയിരിക്കുന്നു. പേരെന്റിങ് അത് അറിയാവുന്നവർ മാത്രം ചെയ്യേണ്ട പണിയാണ് എന്നത് ഉറപ്പിക്കാൻ ഒരു ഡോക്ടറെക്കൊണ്ട് അത് പറയിപ്പിക്കുന്നുണ്ട്. Bad parenting നെക്കുറിച്ച് ആപ്തവാക്യം ചമച്ച് ഭിത്തിയിൽ തൂക്കുന്ന ഡോക്ടർ അതിനുള്ള കൗൺസലിങ് സാദ്ധ്യതകൾ അറിയാതെ പോയത് എങ്ങനെയോ എന്തോ. അത് നൈസർഗ്ഗികമാണ് ചിലർക്ക് എന്ന് ഉറപ്പിക്കാനായിരിക്കും ഡോക്ടർ സന്ധ്യ വികൃതിക്കുട്ടിയെ ഡിസിപ്ലിൻ പരിശീലിപ്പിക്കുന്ന സീൻ സാറായും ജീവനും ആശുപത്രിയിൽ ഇരിക്കുമ്പോഴുള്ള സീനിനോട് ചേർത്തത്.

സാറായുടെ ഗർഭപ്രതിസന്ധിക്ക് സമാന്തരമായി ഭർത്താവിന്റെ നിർബ്ബന്ധപ്രകാരമെന്നോണം നിരന്തരമായി പ്രസവിക്കുന്ന ലൂസി എന്നൊരു കഥാപാത്രത്തെ ഉൾക്കൊള്ളിച്ചിട്ടുണ്ട് സിനിമയിൽ. സാറായുടെ അതേ ഡോക്ടറെത്തന്നെ കാണാൻ സാധിക്കുന്ന സാമൂഹ്യചുറ്റുപാടുകൾ ഉള്ളവളാണെങ്കിലും ലൈംഗികവേഴ്ച വേണ്ടെന്ന് വയ്ക്കുക മാത്രമാണ് ഗർഭനിയന്ത്രണത്തിനു മാർഗ്ഗം എന്ന പഴഞ്ചൻ ചിന്താഗതി വച്ചു പുലർത്തുന്നവളാണ് ലൂസി. സ്വന്തമായി തീരുമാനങ്ങളെടുക്കണം, സ്വന്തം ശരീരമാണെന്നോർക്കണം എന്നൊക്കെ ഡോക്ടർ ഉപദേശിച്ചത് ലൈംഗികവേഴ്ചയ്ക്ക് ശ്രമിക്കുന്ന ഭർത്താവിനെ ചവിട്ടി മാറ്റുക എന്ന് ധരിച്ചെടുത്തവളാണവൾ. ഇത് ആൺ അഹന്തയ്ക്ക് കിട്ടിയ ചവിട്ടാണെന്ന് ധരിച്ചുവശായ ചിലരുണ്ട്, സ്ത്രീകൾ തന്നെ എന്നുള്ളത് വിചിത്രമാണ്. പ്രസിദ്ധ ഗൈനക്കോളജിസ്റ്റിനെ കാണുന്ന ലൂസിക്ക് ഗർഭനിയന്ത്രണ മാർഗ്ഗങ്ങൾ ലഭിക്കാൻ എളുപ്പമാണ്. *ദി ഗ്രെയ്റ്റ് ഇന്ത്യൻ കിച്ചണി*ലെ ഭാര്യ സ്വാതന്ത്ര്യം പ്രഖ്യാപിക്കുന്ന രീതിക്ക് കൈയടിച്ചവർ തന്നെയാണോ സന്താനനിയന്ത്രണത്തിനു ഭർത്താവിന്റെ നാഭിക്ക് ചവിട്ടുന്നത് അതേ രീതിയിൽ സ്വാംശീകരിച്ചതെന്ന് അത്ഭുതം കൂറാൻ അവകാശമുണ്ട്.

ആണുങ്ങൾ അവസാനവാക്ക് പറയുന്നതിനോട് യോജിച്ചു പോകുന്ന പെണ്ണിനെ അവതരിപ്പിച്ചിരിക്കുന്നു സിനിമ. സാറായ്ക്ക് ആത്യന്തികതീരുമാനങ്ങൾ എടുക്കാൻ അച്ഛനെ ആശ്രയിക്കേണ്ടി വരുന്നു, അമ്മയെ അല്ല. അത് വളർന്ന ചുറ്റുപാടുകളുടെ സ്വാധീനം ആയിരിക്കാം. പക്ഷേ, അവസാന സീനുകളിൽ ഒന്നിൽ സാറായുടെ വിജയങ്ങൾക്ക് പിന്നിൽ അച്ഛനും ഭർത്താവുമാണെന്ന് അവർ രണ്ടുപേരും അവകാശപ്പെടുന്നത് ദൃശ്യമാക്കിയിട്ടുണ്ട്. അമ്മയ്ക്ക് പ്രസവിക്കുന്ന

ജോലിയേ ഉള്ളു. ആ രംഗം ഉൾപ്പെടുത്താതെ സിനിമ പൂർണ്ണമാകുകയില്ല എന്ന് കരുതുന്നുണ്ടാവണം സംവിധായകനും കൂട്ടരും.

കുട്ടികളെ ഇഷ്ടപ്പെടുന്ന, ഗർഭധാരണപ്പേടി ഇല്ലാത്ത, പേരെന്റിങ്ങിനെക്കുറിച്ച് ധാരണയുള്ള ഒരു സ്ത്രീ തന്റെ കരിയറിലെ ഒരു നിർണ്ണായകമായ അവസ്ഥയിൽ ഗർഭസ്ഥ ശിശുവിനെ വേണ്ടെന്ന് വയ്ക്കുന്നെങ്കിൽ അവിടെയാണ് സ്വാതന്ത്ര്യത്തിന്റെ ഉചിത ആഖ്യാനത്തിനു സാദ്ധ്യതകൾ ഉള്ളത്. തന്റെ ഉടലിനോടും ഫിസിയോളജിയോടുമുള്ള കടപ്പാടും ഉത്തരവാദിത്വവും ആർജ്ജവത്തോടെ തെളിയുന്നത് അന്നേരമാണ്.

ചുരുളി
ശരി/തെറ്റുകളിലെ ചുഴിയിൽ
രാജീവന്മാരുടെ ഇടം

അർജ്ജുനൻ ചോദിച്ചു: ഹേ കൃഷ്ണാ, എന്നാൽ എന്തിനാൽ പ്രേരിതനായിട്ടാണ്, ഈ പുരുഷൻ പാപം ചെയ്യുവാൻ ഇച്ഛിക്കുന്നില്ലെങ്കിലും ബലമായി നിയോഗിക്കപ്പെട്ടവനെപ്പോലെ പാപത്തെ ചെയ്യുന്നത്?

കൃഷ്ണൻ പറഞ്ഞു:

ധൂമേനാവ്രിയതേ വഹ്നിർ യഥാദർശോ മലേന ച

യഥോൽബേനാവൃതോ ഗർഭഃ തഥാ തേനേദമാവൃതം

എപ്രകാരമാണോ പുകയാൽ അഗ്നി ആവരണം ചെയ്യപ്പെടുന്നത്, അഴുക്കിനാൽ കണ്ണാടിയും, എപ്രകാരമാണോ ഗർഭാവരണത്താൽ ഗർഭം ആവൃതമായിരിക്കുന്നത്, അതേ പ്രകാരം അതിനാൽ ഇത് ആവരണം ചെയ്യപ്പെട്ടിരിക്കുന്നു.

—*ഭഗവദ്ഗീത:* കർമ്മകാണ്ഡം

പാപത്താൽ മനുഷ്യൻ ആവരണം ചെയ്യപ്പെട്ടിരിക്കുന്നു എന്ന് മാത്രമേ ശ്രീകൃഷ്ണനു പറയാനുള്ളു. എന്തുകൊണ്ട് എന്ന ചോദ്യത്തിനു ഉത്തരമില്ല. എല്ലാ ചോദ്യങ്ങൾക്കും ഉത്തരം നല്കുന്ന ഭഗവാൻ കൃഷ്ണനു ഉത്തരം മുട്ടുകയാണ്. മനുഷ്യസഹജമാണ് പാപം, സ്വതവേ കുറ്റവാളികളുടെ ലോകമാണിത് എന്നത് അംഗീകരിക്കുക തന്നെ.

* * * * * * * * * * * *

ഇന്ദ്രിയപരമായ അനുഭവങ്ങളിൽക്കൂടി അതീന്ദ്രിയപരതയെ പ്രാപിക്കുക എന്നത് ലിജോ പെല്ലിശ്ശേരിയുടെ സിനിമകളിൽ ആവർത്തിച്ചു കാണുന്ന പ്രമേയമാണ്. താരകപുഞ്ജങ്ങളുടെ (galaxy) ചുഴിയിൽ

ലിജോ ജോസ് പെല്ലിശ്ശേരി

അകപ്പെട്ട് ജനിമൃതികൾ വീണ്ടും വീണ്ടും ഭവിക്കുന്നവരുടെ ലോകമാണ് *ചുരുളി* എന്ന ഭ്രമാത്മക പ്രദേശത്ത് ദൃശ്യമാകുന്നത്. ഇവിടെ ശരി തെറ്റുകളും കുറ്റങ്ങളും ശിക്ഷാവിധികളും ആപേക്ഷികമാകുന്നതിൽ അത്ഭുതമില്ല. കള്ളൻ പൊലീസാകുന്നതും പൊലീസ് കള്ളനാകുന്നതും അതതു ഇടത്തിന്റെ സ്വഭാവമനുസരിച്ച് മാറപ്പെടുന്നതും ഭ്രമാത്മകതയുടെ ഒരു പരിച്ഛേദം മാത്രമാകുന്നതും അത്ഭുതമില്ലാത്ത കാര്യമാണ്. സാധാരണ മനുഷ്യനു ഒരു ചെറിയ തടിപ്പാലം കടന്നാൽ ഈ അക്കരെപ്രദേശത്ത് എത്താനുള്ളതേ ഉള്ളു. വ്യക്തികൾ ഇല്ലാതായി, തേടുന്നവനും തേടപ്പെട്ടവനും ഇരയും വേട്ടക്കാരനും മാത്രമായിപ്പോകുന്ന, പ്രത്യേകജീവനുകളിലേക്ക് ചുരുങ്ങുന്ന അവസ്ഥ. മരണത്തിലേക്ക് വലിച്ചടുപ്പിക്കുന്ന ചുഴിയിൽ അകപ്പെട്ടവൻ ഏതു ഗാലക്സിയിലേയും പോലെ തമോഗർത്തങ്ങളിൽ നിപതിച്ച് പുനരപി മരണം പുനരപി ജനനം എന്ന മാതിരി പുതുജന്മവുമായി തിരിച്ചുവരുന്നത് മതദർശനങ്ങളിൽ സുലഭമാണു താനും. ആത്മനവീകരണവും അതുവഴി സഫലീകൃതമാകുന്ന നിതാന്തതയും സ്വപ്നസദൃശമാകുന്നത് *ഇ മ യൗ* യിൽ ലിജോ പെല്ലിശ്ശേരി കൗതുകകരമായി ചിത്രീകരിച്ചിട്ടുണ്ട്. ആത്മീയതയുടെ അടിവേരുകൾ അഗാധതയിലൂടെയെങ്കിലും പാഞ്ഞുപോകുന്നുണ്ട് എന്ന് തീർപ്പ് കല്പിക്കാൻ സംവിധായകനു താല്പര്യവുമുണ്ട്. പ്രത്യയശാസ്ത്രങ്ങൾ ഇതിനിടെ തോറ്റു നിലം പതിച്ചേക്കാം, *ജല്ലിക്കെട്ടിൽ* ഇത് വ്യക്തമാക്കിയിട്ടുമുണ്ട്. *ചുരുളി*യിലാകട്ടെ വളരെ സങ്കീർണ്ണമായ ആഖ്യാനം പലേ അടരുകളിൽ നിബന്ധിച്ച് ക്രൈം/സൈക്കോ ത്രില്ലറും സയൻസ് ഫിക്ഷനും പുരാവൃത്താഖ്യാനവും അങ്ങനെ പല ശൈലീവകഭേദങ്ങളും ഇണക്കിച്ചേർക്കുന്ന കൗശലമാണ് വെളിപ്പെടുത്തുന്നത്. പ്രകൃതിയുടെ മനോഹാരിതയിലാണ് കഥ പ്രതിഷ്ഠിച്ചിരിക്കുന്നത് എന്നത് നഗരങ്ങളിലേക്ക് പറിച്ചുനടപ്പെട്ട ആധുനിക സിനിമകൾക്ക് എതിരേ ധൈര്യപൂർവ്വം നില്ക്കുന്നതാരാണെന്ന സവിശേഷത പേറുന്നതാണ്. മദ്ധ്യകാല യൂറോപ്യൻ മിത്തുകൾ വ്യതിരിക്തതബോധമോ ഔചിത്യമോ സാംഗത്യമോ ഇല്ലാതെ മലയാളികുടുംബങ്ങളിൽ പ്രതിഷ്ഠിക്കുന്ന സിനിമകളിലെ വമ്പൻ അപഹാസ്യതയ്ക്ക് ഏല്പിക്കുന്ന പ്രഹരവുമാണ് *ചുരുളി.*

മനുഷ്യരുടെ തനിമ വെളിവാക്കപ്പെടണമെങ്കിൽ അവരെ ഒരു സാങ്കല്പിക ലോകത്ത് പ്രതിഷ്ഠിച്ച് നിരീക്ഷിക്കുകയാണ് എളുപ്പം. അന്യ

ഗ്രഹത്തിലോ സ്വപ്നസമാന മായികലോകത്തോ ഈ ഇടം പ്രതിഷ്ഠിക്കുക എന്നതാണ് പലേ നോവലുകളിലും സിനിമകളിലും ആവിഷ്കരിക്കപ്പെടാറ്. ലിജോ പെല്ലിശ്ശേരിക്ക് കാട് തെരഞ്ഞെടുക്കുന്നതാണ് പ്രിയം. കാട്ടിലെ നിയമങ്ങൾ അതിജീവനത്തിന്റെ പ്രകൃതി നിയമങ്ങൾ മാത്രമാണ്, അതിൽ "കാടത്തം" തെല്ലുമില്ലെങ്കിലും മനുഷ്യകുലം അതിൽ നികൃഷ്ടതയും സംഹാരചോദനകളും നിറച്ച് സ്വന്തം സ്പീഷീസിനെ വകവരുത്തുന്ന സ്വഭാവം ആർജ്ജിച്ചെടുത്തിട്ടുണ്ട്. ഗോത്രസംസ്കാരത്തിൽ വിഭവങ്ങൾക്ക് വേണ്ടിയുള്ള മത്സരത്തിൽ ഇത് അനിവാര്യമായിരുന്നിരിക്കാം എങ്കിലും ഇന്ന് അതിന്റെ സാംഗത്യം നഷ്ടപ്പെട്ടു, പക്ഷേ, മനുഷ്യൻ അത് ആഹ്ലാദോപാധിയായി സ്വീകരിച്ചിരിക്കുകയാണ്. ആയുധങ്ങളാൽ മുറിവേല്പിക്കൽ സാദ്ധ്യമല്ലെങ്കിൽ മുഴുത്ത തെറി തന്നെ ഉപയോഗിക്കണം. പാലത്തിനക്കരെ കടന്ന ആന്റണി ജീപ്പ് ഡ്രൈവറുടെ പൊടുന്നനവേ ഉള്ള തെറികേട്ട് സ്തബ്ധനാകുന്നത് ഇത് കീഴ്പ്പെടുത്തൽ യുദ്ധത്തിന്റെ തുടക്കം എന്ന അറിവുകൊണ്ടാണ്. ഇരുപതുകൊല്ലത്തെ സർവ്വീസുള്ള പൊലീസുകാരനെ തളർത്താൻ ഭാഷയിലുള്ള വ്യത്യാസം മാത്രം മതി. തനിക്കു കിട്ടിയിട്ടുള്ള ശിക്ഷ അന്യനിലേക്ക് പടർത്തണമെങ്കിൽ തെറി പറഞ്ഞാൽ മതി. മേലധികാരം ഉറപ്പിച്ചെടുക്കുകയാണ് ഇപ്രകാരം. ലൈംഗികാവയവങ്ങളുടെ പേരുകൾ, പ്രത്യേകിച്ചും സ്ത്രീകളുടെ, ഉറക്കെ വിളിച്ചു പറയുന്നതും നിർബ്ബാധം മദ്യം ഉപയോഗിക്കുന്നതും ആണുങ്ങളുടെ സ്ഥിരോത്സാഹമാണ്. ഒരുമിച്ചിരുന്ന് വാറ്റുചാരായം അകത്താക്കുന്നതും ഇതുപോലെ അത് ചെയ്യാത്തവനെ ഇകഴ്ത്താനുള്ള ഉപാധി തന്നെ. ആധിപത്യത്തിനും മേല്ക്കോയ്മയ്ക്കും വേണ്ടി ചെയ്യുന്ന പ്രവൃത്തികൾക്ക് സാധൂകരണം കിട്ടപ്പെടുകയാണ്, ചെയ്യുന്നയാൾക്ക് അത് ശരിയെന്നു തോന്നിക്കൊണ്ടു തന്നെ.

നാറികളുടെ ലോകം-കുറ്റം, നിയമം, നിയമപാലനം

കുറ്റവാളികളുടെ മാത്രം ലോകത്ത് നിയമം എന്നത് ആപേക്ഷികമാണ്. സമൂഹം കൃത്രിമത സൃഷ്ടിച്ച് നിഷിദ്ധമാക്കിയതിനെ പുണർന്ന് പുല്കാനുള്ള ത്വര ഇന്നും ഇന്നലെയും തുടങ്ങിയതല്ല. വൻ കുറ്റങ്ങൾ ചെയ്തവർക്ക് സ്വന്തം ഇടം നിയമപാലനനിഷ്കർഷകളില്ലാതെ ലഭിക്കുക എന്നത് അവർക്ക് തുറസ്സു സൃഷ്ടിക്കുമ്പോൾ മനുഷ്യപെരുമാറ്റസ്വഭാവങ്ങളും സൈക്കോളജിയും പഠിച്ചെടുക്കാൻ അവസരമൊരുക്കപ്പെടുകയുമാണ്. വന്യത എന്നത് പുറമേയും അകമേയും ദൃശ്യപ്പെടുത്തിയാണ് സംവിധായകൻ ഇത് സാധിച്ചെടുത്തിരിക്കുന്നത്. "ലോകം മുഴുവൻ നാറികളാ" എന്ന് ആന്റണി. "നമുക്കാവശ്യമുള്ള നാറികളെ മാത്രം പിടിച്ചാൽ മതി" എന്നും അയാൾ.

*ഭഗവദ്ഗീത*യിൽ ഉറപ്പിച്ചെടുത്ത കുറ്റവാസന ഗോത്രസമൂഹത്തിന്റെ

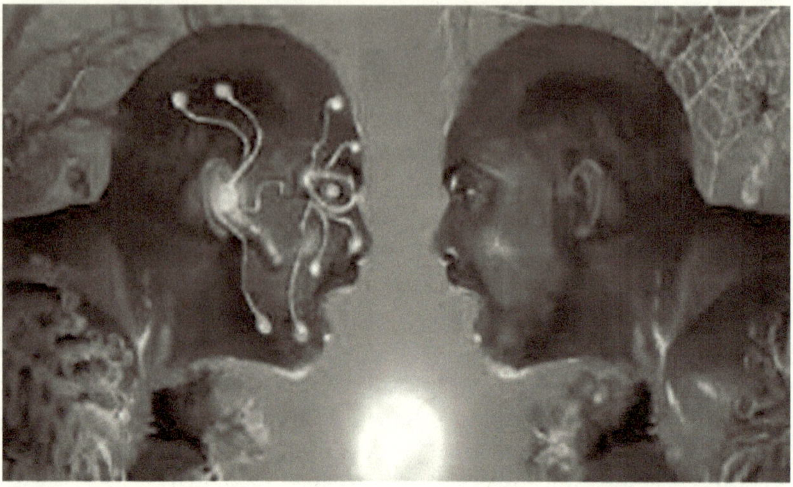

ചുരുളി

ബാക്കിപത്രമായിരിക്കണം. കുറ്റം ചെയ്യുന്നത് നന്മയ്ക്കു വേണ്ടിയാണ് (ആരുടെ എന്നത് ചോദ്യമാണ്) എന്ന് കുറ്റവാളിക്കു തോന്നും. കറുത്ത വർഗ്ഗക്കാരെ വെടിവച്ചുകൊല്ലുന്നത് പൊതുസമൂഹത്തിന്റെ നന്മയെക്കരുതിയാണ് എന്ന് വിശ്വസിക്കുന്നവർ അത് മറയില്ലാതെ വിളിച്ചു പറഞ്ഞിട്ടുണ്ട് അമേരിക്കയിൽ. നീതിയെപ്പറ്റിയുള്ള വിശ്വാസങ്ങൾ പകവീട്ടലിന്റേതുമായി ഇടകലർന്ന് കെട്ടിമറിഞ്ഞിട്ടുള്ളതാണ്, അതുകൊണ്ട് നമ്മൾ ക്രൂരത കാട്ടുന്നത് മറ്റേയാൾ അത് അർഹിക്കുന്നു എന്ന വിശ്വാസത്തിന്റെ ഫലത്തിൽ സംഭവിക്കുന്നതാണ്. അതിനെതിരെ നിയമങ്ങൾ കൊണ്ടുവന്നാൽ അത് ആപേക്ഷികമായി മാറാൻ സാദ്ധ്യതയുള്ളതാണ്. ഒരു ദേശത്തെ നിയമങ്ങളല്ല മനുഷ്യൻ മറ്റൊരു ദേശത്തിൽ അനുഷ്ഠിപ്പിക്കുന്നത്. അതുകൊണ്ട് കുറ്റകൃത്യങ്ങളും മാറപ്പെടുകയാണ്. അപ്പോൾ നിയമപാലനവും വ്യത്യസ്തതയാർജ്ജിക്കുകയാണ്. 'കുറ്റം' എന്നതിന്റെ നിർവ്വചനം മാറുമ്പോൾ കുറ്റവാളി എന്നതിന്റെ നിർവ്വചനവും മാറപ്പെടുകയാണ്. നിയമപാലനം എന്നത് വൈവിദ്ധ്യമിയന്നതാകുന്നു. ചുരുളിയിൽ എത്തപ്പെട്ട ആന്റണിയും ഷാജീവനും ആദ്യം മനസ്സിലാക്കുന്നതും ഇതു തന്നെ. അവർ പൊലീസുകാരാണെങ്കിലും അതിന്റെ നിർവ്വചനം മാറിപ്പോയതിനാൽ സംഘർഷാവസ്ഥയിലാണ്. നിയമപാലനത്തിന്റെ നിർവ്വചനത്തിരിമറിവ് ആരാണ് പൊലീസ്, ആരുടെ നിയമങ്ങളാണ് അവർ പരിപാലിക്കേണ്ടത് എന്നത് ആപേക്ഷികമാക്കി മാറ്റുകയാണ്. സ്വച്ഛന്ദം വിഹരിക്കേണ്ടുന്ന ഇടമാണ് ചുരുളി, സഭ്യത എന്ന വിലക്കില്ലാത്ത ലോകമായതിനാൽ ഭാഷ അനുരൂപമായി മാറപ്പെടുന്നു. സമൂഹനിയമങ്ങൾക്കും സദാചാരസംഹിതകൾക്കും അപ്പുറത്തായവരുടെ ലോകത്ത്–അവരുടേത്

മാത്രമായ ലോകത്ത്– ഭാഷ എന്നതും നിയമങ്ങൾക്ക് അപ്പുറമായാണ് ഉറവിടുന്നത്. രണ്ട് ഭാര്യമാരെ ചവിട്ടിക്കൊന്ന കപ്പ മൂപ്പൻ അധീശനായ ലോകം. കൊടും കുറ്റവാളികളുടെ ഇടയിൽനിന്ന് ഒരേ ഒരു മയിലാടും കുറ്റി ജോയിയെ പിടിക്കുക എന്നത് അസാദ്ധ്യമാണെന്ന് സ്വത്വം നഷ്ടപ്പെട്ട ആന്റണിയും ഷാജീവനും എളുപ്പം മനസ്സിലാക്കുന്നുണ്ട്. പൊലീസ് എന്നത് മറ്റൊരു ദേശത്തെ വിവക്ഷ മാത്രമായതുകൊണ്ട് അവർക്ക് പൊലീസ് തന്നെ ആയിരിക്കണമെന്ന് നിർബ്ബന്ധമില്ലാതായിരിക്കുന്നു. ആന്റണിക്ക് ചുരുളി അർമാദിക്കാനുള്ള ഇടമായി ആദ്യം തന്നെ അനുഭവപ്പെടുന്നുണ്ട്. പക്ഷേ, അവരിൽ ഒരാളായി മാറാൻ ചില ആഭിചരപ്രക്രിയയിൽക്കൂടി കടന്നുപോകേണ്ടിയിരിക്കുന്നു അയാൾക്ക്.

പല ജീവിതങ്ങളിൽക്കൂടി കടന്നുപോയവരുടെ മാസ്മരികലോകമാണ് *ചുരുളി*. പലരും പല പേരുകളിൽ അറിയപ്പെടുന്നതും അതുകൊണ്ട് തന്നെ. ഷാപ്പുകാരൻ ഫിലിപ്പോ അവറാനോ, തങ്കയുടെ ബന്ധു പയ്യൻ ഓമനക്കുട്ടനോ മണിയോ, ഷാജീവൻ തന്നെ ജോർജ്ജോ എന്ന് നിശ്ചയമില്ല. ചുരുളിയിലെ അതീന്ദ്രിയ പ്രതിഭാസങ്ങൾ സത്യമാണ് അവർക്ക്. രാത്രിയിൽ പായുന്ന തീഗോളങ്ങൾ തീച്ചാമുണ്ഡി ചേടത്തി വടക്കെ മലയിൽനിന്ന് അനിയത്തിയെ കാണാൻ തെക്കേ മലയിലേക്ക് പോകുന്നതാണ്. പുറം ലോകത്തേക്ക് ഒറ്റിക്കൊടുക്കുന്ന കപ്പക്കാരൻ മൂപ്പനെ ചുരുളി നിവാസികൾക്ക് പേടിയുമാണ്. ഷാജീവനു തന്റെ പൂർവ്വകാലവ്യക്തിത്വം പിടി കിട്ടുന്നത് സാവധാനമാണ്. ആകസ്മികമായി കന്നടഭാഷയിലുള്ള പാട്ടും സംഭാഷണങ്ങളും അയാളിൽവന്ന് നിറയുന്നുണ്ട്. അയാൾ അകപ്പെട്ട ചുഴിയിൽ പണ്ടും റബ്ബറിനു കുഴികുത്താൻ വന്നിട്ടുണ്ട് അവിടെ എന്നത് കോടാലിയുമായി അമ്മച്ചി വന്ന് “നീ കുഴി കുത്തുമോടാ” എന്ന് ചോദിക്കുമ്പോൾ തെളിയുന്നുണ്ട്. തങ്കയുടെ ആഭിചാരപ്രക്രിയയിൽ പണ്ടേ പങ്കുചേർന്നവനണവൻ. പൊലീസായി വന്നാലും ചുരുളിയിലെ പുരാവൃത്തനിയമമനുസരിച്ച് തിരുമേനിയെപ്പോലെ എന്നും ചുറ്റിത്തിരിയേണ്ടവനാണ് അവനും. പെരുമാടനെ പിടിക്കാൻ അതിനെ തേടുന്ന തിരുമേനിക്ക് പെരുമാടൻ തന്നെ പിടിച്ചു കഴിഞ്ഞു എന്ന് മനസ്സിലാകാതെ ഉഴറുന്ന പ്രദേശമാണ്. അവനവനിലെ ഹിംസേച്ഛയും നിഗ്രഹാഭിനിവേശവും ഉള്ളിൽ നിറഞ്ഞിരിക്കയാണെന്ന് അറിയാത്ത പാവം പൊലീസുകാരനു കുറ്റവാളിയാകാൻ എളുപ്പം സാധിക്കുന്ന വാതാവരണം.

കപ്പ വില്ക്കുന്ന മൂപ്പന്റെ വീട്ടിനുള്ളിൽ മാസ്മരികലോകമാണ്. ചുരുളിക്കാരുടെ അധീശനുമാണ് മൂപ്പൻ. അവർക്ക് കിട്ടാത്ത രതിയുടെ ഉടമസ്ഥതയും അയാൾക്കുണ്ട്. മകൾ “ഊക്കൻ ചരക്കാ”ണെന്ന് നാട്ടുകാർക്കറിയാമെങ്കിലും അതൊരു സങ്കല്പംപോലെ നില നില്ക്കുകയാണ്. ചുരുളിയിലെ അനിർവ്വചനീയമായ സമയത്തെ നിയന്ത്രിക്കു

ന്നതിൽ മൂപ്പനൊരു പങ്കുണ്ട്. ആയിരമായിരം പൽ ചക്രങ്ങൾ തിരിയുന്ന ഘടികാരവും അതിനും പിന്നിൽ സമയം എന്ന ആപേക്ഷികതയ്ക്ക് അപ്പുറം മാസ്മരിക ജീവികളുമുണ്ട്. ചുരുളിയുടെ യഥാർത്ഥ അധീശ ന്മാർ. ഉജ്ജ്വലനീലവെളിച്ചം പ്രസരിപ്പിക്കുന്ന അവർ കാലം എന്നതിന്റെ സൂചകങ്ങളുമാണ്. *ചുരുളി*യിലെ പലരും ആ അവസ്ഥാന്തരത്തി ലേക്കുള്ള യാത്രയിലുമാണ്. തങ്കയുടെ മന്ത്രവാദത്തിനിടെ ആന്റണി അത് സ്വാംശീകരിച്ചു തുടങ്ങിയിട്ടുണ്ട്. എല്ലാ സ്ഥലകാലനിബ ന്ധനകൾക്കും അതീതരായുള്ളവരുടേതാണ് ചുരുളിയിലെ ലോകം. കൂരാച്ചുണ്ടിൽനിന്നും വരുന്ന പാവം പൊലീസുകാർ അവരല്ലാതായി ത്തീർന്ന് ചുരുളിയിലെ ഭൂതവും ഭാവിയും ഇല്ലാത്തവരായി മാറുന്നത് വീണ്ടും വീണ്ടും ആവർത്തിക്കപ്പെട്ടതാണ്.

സമയം എന്ന പ്രഭു

പലതവണ നമുക്ക് ജീവിതം തിരിച്ചു തരും, ദയാവാരിധിയാണ്, സമയപ്രഭു. സഹൃദയനാണ് ഒരു തിരക്കുമില്ല. സംഹാരം മുഴുമിപ്പിക്കാൻ നാലും അഞ്ചും മണിക്കൂറെടുക്കും. ക്ഷമാമൂർത്തിയാണ്. ചുരുളിയിലെ മനുഷ്യരുടെ ജീവന്റെ കാര്യമാണ് പലജീവിതങ്ങൾ. ഷാജീവനെ കുടകൻ തിരിച്ചറിയുന്നുണ്ട്. കഴിഞ്ഞു പോയ ജീവിത ആവൃത്തിയിൽ, ചുഴലിയുടെ ഒരു ചുഴറ്റലിൽ ഷാജീവൻ കുടകനെ കൊന്നിട്ടുണ്ട്, അല്ലെങ്കിൽ കൊല്ലാനുള്ള കാരണങ്ങൾ ഉണ്ടായിരുന്നു. ചുരുളിയിൽ ഇനിയും കുടകന്മാർ വരും, ഷാജീവന്മാർ വരും, ഉത്സവവേളയിൽ അടിമത്സരം നടന്നേക്കും, കുടകന്മാർ കൊല്ലപ്പെട്ടേക്കും. ചുരുളിയുടെ

ചെമ്പൻ വിനോദ്, ജോജു ജോർജ്ജ്, വിനയ് ഫോർട്ട്

ആവർത്തനപരമ്പര അതേ പടി തുടരും. മയിലാടും കുറ്റി ജോയ് ഒരു വ്യക്തിയോ ഒരു വെറും കുറ്റവാളിയോ അല്ല, എന്നും നിലനില്ക്കുന്ന പ്രതിഭാസമാണ്. മൂപ്പന്റെ വീടിനുള്ളിൽ നിരന്തരചാക്രികതയുടെ പൊരുൾ ദർശിച്ച ഷാജീവനു ഇത് പിടികിട്ടുകയാണ്. അയാൾ തന്നെ ആയിരിക്കാം മയിലാടും കുറ്റി ജോയ് എന്ന് ഷാജീവനു തോന്നിക്കാണണം. പിന്നീട് ആന്റണിയോട് 'ഈ ജോയ് ഇവിടെ ഇല്ലെങ്കിലോ" എന്ന് സംശയം പറയുന്നത് ഇക്കാര്യം സൂചിപ്പിക്കാനാണ്. ജോയിയെ ഒരിടത്തും കൊണ്ടുപോകാൻ സാധിക്കുകയില്ല എന്ന തങ്കന്റെ ഭാര്യ കട്ടായം പറയുന്നത് ജോയ് ചുരുളിയുടെ കുറ്റവാസനാപ്രതീകം തന്നെ ആയതുകൊണ്ടാണ്. പരിണാമത്തിനു തുടച്ചുമാറ്റാനാവാതെ പോയ ക്രൗര്യനിബദ്ധത മനുഷ്യരൂപം ധരിക്കുമ്പോൾ വെടിയുണ്ട തലയിൽക്കൂടി കടന്നു പോയാലും ഒരു ചുക്കും സംഭവിക്കുകയില്ല. പൂർവ്വസ്മൃതി ഗോത്രസഹജമായ ക്രൂരത നിറഞ്ഞവരുടെ മാത്രം ലോകം തന്നെ ചുരുളി. സാവധാനം കൺപോളകൾ അടയ്ക്കാനും തുറക്കാനും കഴിഞ്ഞാൽ സ്വന്തം ചരിത്രം സ്മൃതിയിൽ എത്തുകയായി. ആദ്യകുർബ്ബാനയ്ക്ക് ശേഷമുള്ള സദ്യാസമയത്ത് കോടാലി അമ്മച്ചി ഇങ്ങനെ കണ്ണടച്ച് കഴിഞ്ഞജീവിതത്തിൽ അവർ തമ്മിലുണ്ടായിരുന്ന പരിചയം സൂചിപ്പിക്കുന്നുണ്ട്. ഷാജീവനു താൻ ആരാണെന്ന് പിടികിട്ടുന്ന വേള.' ഈ ആദ്യകുർബ്ബാന ജോയിയെക്കുറിച്ചുള്ള അറിവുകൾക്ക് വഴിതെളിക്കും' എന്ന് സൂചിപ്പിച്ചത് സാർത്ഥകമാകുന്ന വേള. കല്പറ്റ നാരായണന്റെ 'സമയപ്രഭു' എന്ന കവിതയുടെ ഇംഗ്ലീഷ് പരിഭാഷയോടെ ആണ് സിനിമ തുടങ്ങുന്നത്. ഉൽക്കടമായ ഹിംസ നടപ്പാക്കുന്ന സൗമ്യമൂർത്തിയാണ് സമയം, ക്ഷമാമൂർത്തിയാണ്, സാവധാനമാണ് കൊലപാതകം, ദയാവാരിധിയാണ്, പലതവണ ജീവിതം തിരിച്ചുതരും. ഹിംസയുടെ ആവർത്തനത്തിനുവേണ്ടി സമയം തെരഞ്ഞെടുത്തിട്ടുള്ള ഇടമാണ് ചുരുളി. കപ്പമൂപ്പന്റെ വീടിനകം സമയപ്രഭുവിന്റെ ഒരു ചെറിയ താവളം മാത്രം.

ആത്മീയത എന്ന മൈ—

പാപികൾക്കാണ് ആത്മസുധാരണം അത്യാവശ്യമായി വരുന്നത്. പാപത്തിന്റേ ഓരോ ചുഴിയിൽപ്പെട്ട് തിരിച്ച് ഭ്രമണം ചെയ്യുന്നത് പാപവിമോചനത്തിലൂടെയാണ്. അടുത്തപാപം ചെയ്യാനുള്ള മാനസികോർജ്ജം ഇപ്രകാരമാണ് ചുരുളി നിവാസികൾക്ക് ലഭിക്കുന്നത്. കള്ളുഷാപ്പ് ഒരു രാത്രികൊണ്ട് പള്ളിയാക്കി മാറ്റാൻ അവർക്ക് എളുപ്പം സാധിക്കുന്നു. കേരളത്തിലെ കുടിയേറ്റ മേഖലകളിലെ സ്ഥിരം കാഴ്ചയാണ് വെടിയിറച്ചി തിന്നും പെണ്ണുപിടിച്ചും കള്ളുകുടിച്ചും നടക്കുന്നവർ പൊടുന്നനവേ പള്ളി പണിത് പ്രാർത്ഥനാനിരതരാകുന്നത്. അതുകൊണ്ട് ചുരുളിയിലെ

ഈ കള്ളുഷാപ്പ് രൂപാന്തരീകരണം അത്ര പ്രതീകാത്മകമൊന്നുമല്ല. സംവിധായകനു മലയാളിയുടെ ഈ പ്രവൃത്തി അവതരിപ്പിക്കുന്നതിൽ കൗതുകമുണ്ട് എന്ന് കരുതാനുള്ളതേ ഉള്ളു. പക്ഷേ, ചുരുളി ഒരു മൃതാത്മ പാപമോചനസ്ഥലം (purgatory) ആണെന്നുള്ളതാണ് സൂചന. ആത്യന്തികമായ പരിത്രാണ (final redemption) ത്തിന്റെ ഇടം. പശുവിനെ ഭോഗിച്ചവനും കൂട്ടബലാത്സംഗം ചെയ്തവനും പാപബോധമില്ലാതെ ജീവിതം പലതവണ ആവർത്തിക്കാൻ വാതാവരണം ഒരുക്കുകയാണ് *ചുരുളി.* ആന്റണിയെ ഒരു initiation ceremony യിലേക്ക് നയിക്കാൻ ഷാജീവൻ തന്നെ ഒരുക്കുന്നുണ്ട് ഒരു രാത്രിവേട്ട എന്ന കപടനാടകം. മുഖത്ത് നീലവെളിച്ചമുള്ള ആത്മാക്കൾ സൂചന നല്കുമ്പോഴാണ് ഷാജീവൻ വെടിവയ്ക്കുന്നതും ആന്റണിയുടെ നടുവ് ഉളുക്കുന്നതും. ഒരു ശവഘോഷയാത്ര പോലെയാണ് ആന്റണിയെ തങ്കയുടെ ആഭിചാരകേന്ദ്രത്തിൽ എത്തിക്കുന്നത്. കല്യാണം കഴിക്കാത്ത, പെണ്ണുങ്ങൾ മാത്രം ഉള്ളിടത്ത് പോകാൻ മടിയുള്ള ആന്റണിയുടെ initiation രതിസുഖസാരമായിത്തന്നെയാണ് നടപ്പാകുന്നത്. സ്വന്തം ചരിത്രവും ഭൂതവും ഭാവിയും അവിടെ തങ്കയ്ക്ക് സമർപ്പിക്കപ്പെട്ട് ചുരുളിയിലെ വരുംകാല ആത്മാവ് ആയി ആന്റണി മാറുന്നുണ്ട്, നിതാന്തമായ ചുഴിയിലേക്ക് പ്രവേശിക്കുന്നുമുണ്ട്. ഷാജീവൻ പണ്ടേ അവിടെ എത്തിയിട്ടുണ്ടെന്ന് അയാൾക്കും തങ്കയ്ക്കും അറിയാം. ഓമനക്കുട്ടന് ഇനിയും ഇനിയും പീഡനം ഏല്ക്കേണ്ടിയിരിക്കുന്നു. ബൈബിൾ പ്രോക്തമായ കാലുകൾ ശുദ്ധീകരണം അവൻ നടത്തുന്നത് തീയിൽ വച്ചിട്ടാണ്. ബൈബിൾ പുതിയ നിയമത്തിൽ കാൽ കഴുകൽ ആണ് പാപമോചനത്തിനുള്ള ഒരു വഴി. സോദം-ഗൊമേറ ഇടങ്ങളിൽ fire and brimstone ആണ് വർഷിക്കപ്പെട്ടത്. ഓമനക്കുട്ടൻ ഇതിൽ പെട്ടുപോയവനാണ്, അഗ്നിപരീക്ഷ ആവശ്യം. പിറ്റെ ദിവസം തന്നെ മണി ആയി മാറേണ്ടുന്നു അവൻ ആത്മനവീകരണത്തിലൂടെ. ഷാപ്പുകാരന്റെ ഭാര്യക്ക് രാത്രിയിൽ *ബൈബിൾ* വായനയുണ്ട്. അവർ വായിക്കുന്നത് “കുഞ്ഞാടിന്റെ രക്തംകൊണ്ട് അലക്കി വെളുപ്പിച്ച വസ്ത്രവുമായ്” എന്ന ഭാഗമാണെന്നുള്ളത് സംവിധായകന്റെ കൗശലം വെളിവാക്കുന്നു.

തങ്കന്റെ ഭാര്യ *ബൈബിൾ* വായിച്ച് അധികം കഴിയാതെയാണ് മുട്ടൻ തെറിവാക്ക് ഉപയോഗിക്കുന്നത്. പാപത്തിന്റെ മറുവശമല്ല ആത്മീയത, അതോടൊപ്പം ചേരുന്നതാണെന്ന് വ്യംഗ്യം.

സുന്ദരവനം എന്ന വൈപരീത്യം

അകൃത്രിമദ്യുതിരനവദ്യേയമായ കാടാണ് നിഷ്ഠുരചരിത്രം പേറുന്ന മനുഷ്യരുടെ പശ്ചാത്തലം എന്നത് തികച്ചും ഐറണി തന്നെയാണ്. *ജല്ലിക്കെട്ടിൽ* കാടിന്റെ മനോഹാരിത സംഗതമാക്കുന്നില്ല എങ്കിൽ ഇവിടെ അത് പ്രാമുഖ്യം നേടുക തന്നെ ചെയ്യുന്നുണ്ട്. മധു നീലകണ്ഠൻ അതി സുന്ദര ഫ്രെയ്മുകൾ ചമച്ചിട്ടുണ്ട്. വനാന്തരം മുഴുവൻ ദ്രവരൂപമാർന്ന താണ്. പായൽ പൊതിഞ്ഞ പാറകൾ വെള്ളത്തിൽ ഓളം വെട്ടുന്നവിധം താരള്യമാർന്നവയാണ്. വൃക്ഷത്തലപ്പുകൾ ജലോപരിതലത്തിൽ ഓളം വെട്ടുന്ന ചലനങ്ങൾ സ്വാംശീകരിച്ചവയാണ്, ഒരു വൻ ജലാശയത്തിന്റെ അടിത്തട്ടാണ് ചുരുളി എന്ന് തോന്നിപ്പിക്കുംവിധം. കാട് അതിന്റെ സൗന്ദര്യപ്രലോഭനത്താൽ ചുരുളിക്കാരെ മയക്കി നിർത്തിയിരിക്കയാണ്. വന്യശബ്ദസംഗീതത്തിന്റെ അകമ്പടിയോടെ മന്ദം ചലിക്കുന്ന നീലകലർന്ന വെളിച്ചം പ്രവഹിപ്പിക്കുന്ന ആത്മാക്കളുടെ രാത്രികളാണ് അവിടെ. തക്കസമയത്ത് വാക്കത്തിയും കോടാലിയുമെടുക്കാൻ സ്വാതന്ത്ര്യമുള്ള സ്ത്രീകളുടെ വനസ്ഥലിയാണ് ചുരുളി. കൊലപാതകം നടത്തുന്നത് പുറത്തുനിന്നും വരുന്ന ഷാജീവൻ മാത്രമാണ്. കൊടും കുറ്റവാളിയെന്ന് പേരു കേട്ട മയിലാടുംകുറ്റി ജോയ് തളർവാതം പിടിച്ച് കിടപ്പിലായിപ്പോയ പാവമാണ്. ചുരുളിക്കാർക്ക്, അവരുടെ നിയമങ്ങൾക്ക്, കാടിന്റെ

വിനയ് ഫോർട്ട്

സൗമ്യസൗന്ദര്യം ഉണ്ടെന്ന് നിശ്ചയമുണ്ട്. ആ വന്യതയാണ് അവരുടെ ഭാഷാപ്രയോഗങ്ങളെ നിയന്ത്രിക്കുന്നത്.

മിത്തുകളെ ചോദ്യം ചെയ്യാതെ അവയെ സ്വാംശീകരിച്ച് അവയുടെ നിയമാവലികൾ പിന്തുടരാനാണ് ചുരുളിക്കാർക്ക് താല്പര്യം. സ്വന്തം മനഃസാക്ഷിയെന്ന കൗശലക്കാരനായ പെരുമാടനെ മനസ്സിലാക്കിക്കഴിഞ്ഞാൽ എളുപ്പമാണ് കാര്യങ്ങൾ. പക്ഷേ, സമയം എന്ന മഹാപ്രഭു സൃഷ്ടിക്കുന്ന മായാവലയങ്ങളിൽനിന്ന് പുറത്തുകടക്കാൻ എളുപ്പമല്ലെന്ന് അവർക്കറിയാം. ചുരുളാകൃതിയിലുള്ള ഗാലക്സികളിൽ സമയം ആപേക്ഷികം മാത്രമാണെന്ന്, ഐൻസ്റ്റൈൻ പറഞ്ഞു വച്ചിട്ടുണ്ട്. ഈ ചാക്രികതയിൽപെട്ട് ഇല്ലാത്ത റബർ തോട്ടത്തിൽ സാങ്കല്പിക കുഴികൾ കുത്താൻ ഷാജീവന്മാരും ആന്റണികളും എത്തിക്കൊണ്ടിരിക്കും. ചുരുളി പഠിപ്പിച്ചുകൊടുക്കുന്ന ജീവിതപാഠങ്ങൾക്ക് ശേഷം ചിലർ സ്ഥലകാലബന്ധമില്ലാത്ത, മുഖത്ത് നിന്ന് നീലവെളിച്ചം പ്രസരിപ്പിക്കുന്ന, രാത്രിയിലെ വന്യതയിൽ ഇരുളിൽ നടക്കാനിറങ്ങുന്ന സൗമ്യ ആത്മാക്കളായിത്തീരും.

www.ingramcontent.com/pod-product-compliance
Lightning Source LLC
LaVergne TN
LVHW040817051026
849519LV00007BA/2657
* 9 7 8 9 3 9 4 7 5 3 5 2 5 *